संस्कृतीचे नाते स्वयंपाकाशी जोडत दुर्गा भागवत यांनी गप्पांच्या ओघात सांगितलेल्या काही अनोख्या महाराष्ट्रीय पाककृतींचा हा संग्रह. परंपरेने चालत आलेल्या आणि हळूहळू विस्मृतीत जात असलेल्या स्वस्त, सोप्या तरीही खमंग आणि पौष्टिक पाककृतींचे संकलन दुर्गाबाईंनी यात केले आहे. रोज काही नवे खाण्याची हौस या पाककृतींमुळे फिटलेच, परंतु आपला सांस्कृतिक वारसा म्हणूनही त्यांना महत्त्व आहे.

Khamang

खमंग

दुर्गा भागवत यांची इतर पुस्तके

कथा

पूर्वा

कादंबरी

महानदीच्या तीरावर

लोकसाहित्य

धर्म आणि लोकसाहित्य

लोकसाहित्याची रूपरेखा

व्यक्तिचित्रे

रूपरंग

व्यासपर्व

लेखसंग्रह

ऋतुचक्र

गोधडी

डूब

दुपानी

निसर्गोत्सव

प्रासंगिका

पैस

भावमुद्रा

अनुवाद

वॉल्डनकाठी विचार विहार

सिद्धार्थजातक

बालसाहित्य

चंद्रलेखा आणि आठ चोर

तुळशीचे लग्न

वनवासी राजपुत्र

भाषणसंग्रह

सत्यं शिवं सुंदरम्

समीक्षा

केतकरी कादंबरी

संपादन

राजारामशास्त्री भागवत :
व्यक्ती अणि वाङ्मय

वैचारिक

जनतेचा सवाल

मुक्ता

युगान्त

शासन, साहित्यिक आणि
बांधिलकी

शोध रामायणाचा

खमंग

दुर्गा भागवत

पॉप्युलर प्रकाशन, मुंबई

खमंग
(म - ७९८)
पॉप्युलर प्रकाशन
ISBN 978-81-7185-630-5

KHAMANG
(Marathi : Cookery)
Durga Bhagwat

पहिली आवृत्ती : २०००/१९२२
तिसरे पुनर्मुद्रण : २०१८/१९४०

मुखपृष्ठ : कुणाल रेगे

प्रकाशक
हर्ष भटकळ
पॉप्युलर प्रकाशन प्रा.लि.
३०१, महालक्ष्मी चेंबर्स
२२, भुलाभाई देसाई रोड
मुंबई ४०००२६

अक्षरजुळणी
गोकर्ण एन्टरप्रायझेस
११, न्यू युनायटेड हाऊस
मनमाला टँक रोड
माहीम, मुंबई ४०० ०१६

मनोगत

हे पदार्थ अगदी साधे, कुणालाही परवडतील; थोड्या वेळात होतील आणि तरीही रुचकर लागतील या हेतूने दिले आहेत. मुंबईसारख्या शहरात आजकाल महाराष्ट्रीय पदार्थ मिळण्याची जी दोन-तीन खाद्यगृहे होती तीही दुर्दैवाने बंद पडलीत. मराठी मंडळींच्या लग्नसमारंभात पंजाबी खाना असतो त्याचे मला वाईट वाटते. म्हणून मी महाराष्ट्रीय पाककृतींमध्ये लक्ष पुरवायचं ठरवलं.

जे मी लिहिते ते 'ग म भ न'च्या श्रेणीतील आहे हे मला माहीत आहे. मुळाक्षरेही नीट येत नाहीत त्याला कसलाच रसास्वादही नीट घेता येणार नाही. म्हणून माझा हा प्रयत्न आहे. जर मी हर तऱ्हेचे खमंग, उच्चभ्रू पदार्थ देत राहिले, तर ते चोखंदळांना आवडेल; परंतु आजच्या पाककलावंत स्त्रिया बहुतेक वृत्तपत्रांतून आपले कुशल पदार्थ प्रसिद्ध करत असतात. माझी त्यांच्याशी स्पर्धा नाही. त्या पदार्थांचीही मी मनोमन चाहती आहे. महाराष्ट्रातील पाककृतींचा इतिहास सांगता येईल एवढी या विषयावरील ग्रंथसंपत्ती मजकडे आहे. तेव्हा ज्याला नवे किंवा अपूर्व म्हणावे असे मला काही दिसत नाही.

महाराष्ट्रीयांचे आपल्या खाद्यपदार्थांविषयीचे औदासिन्य जावे. त्यांनी या कृतींबद्दल आस्था दाखवावी हा माझा हेतू. कारण आपले जेवण नुसते चपाती भाताचे नसते. ते भाकरी, पोळी, भात, पाण्यात शिजवलेल्या भाज्या, बेसनाचे तिखट, बेसनाचा मसाला व चिंच, गूळ असे असते. पचनाला कठीण असे पदार्थ मराठी जेवणात नसतात. सणासुदीला गोष्ट

वेगळी. शिवाय ज्या माणसाला रोजचे घरगुती अन्न रुचकर लागत नाही, त्याच्या रुचीत काही बिघाड आहे हे नक्की. जेवणाच्या पानाला लाथ मारून जाणारे पतिराज, तेही श्रीमंत घरातील पतिराज, मी पाहिले आहेत. तेव्हा काय सांगायचे? आपली मराठमोळ्या जेवणाची पद्धत कायम राहावी व आमच्या खेड्यापाड्यातील असंख्य भगिनींच्या पाककृतींचा थोडाबहुत प्रत्यय लोकांना यावा म्हणून मी लिहिते.

तसे म्हटले तर पाकशास्त्रीय ग्रंथांबाबत महाराष्ट्र अग्रेसर आहे. सोमेश्वर राजाच्या 'मानसोल्लास' या मध्ययुगीन संस्कृत ग्रंथात अनेक कृती दिलेल्या आहेत. त्यात इडलीचीही कृती आहे. सयाजीराव गायकवाड यांनी भारतातल्या आणि परदेशातल्या अनेक खाद्यपदार्थांची विविध पुस्तके मराठी आणि गुजरातीतून काढून त्यांची जगाला ओळख करून दिली. महाराष्ट्रावर त्यांचे हे अपरिमित उपकार आहेत. पण जाणतो कोण? त्याशिवाय मराठी माणसाच्या जेवणातल्या व फराळाच्या पदार्थांबद्दल एक अपूर्व ग्रंथ समर्थ रामदासांचे शिष्य व मित्र नवाथे यांनी 'भोजन कुतूहल' या नावाने संस्कृतातून लिहिला आहे. चकल्या, मोती लाडू, वेगवेगळ्या भाज्या यांचे वर्णन त्यांनी यात केले आहे. चारशे वर्षांपूर्वीचा हा आद्य पाकशास्त्रीय ग्रंथ म्हणजे महाराष्ट्रीय खाद्य-अभिरुचीचा निदर्शक आहे. जे पदार्थ करायचे, ते वैद्यकीयदृष्ट्या कसे पाचक व पोषक होतील याचे सुश्रुताच्या आधारे या ग्रंथात विवेचन केले आहे.

दि. ३१ ऑगस्ट १९९४ **दुर्गा भागवत**
मुंबई

भावलेल्या दुर्गाआजी

दुर्गाआजींकडे मी 'खमंग'चा शेवटचा लेख आणायला गेले, तेव्हा त्या सांगत होत्या. 'आज सकाळी चंद्रकांत खोत आला होता. मला म्हणाला, तुम्हाला आणखी पाच वर्षं आयुष्य आहे. जोपर्यंत माझे हातपाय चालू आहेत तोवर ठीक आहे. पण एकविसावं शतक पाहायची काही माझी इच्छा नाही.'

मला एकदम सुचलंच नाही काय बोलावं ते. काही ओळख ना देख असलेली मी. त्यांच्यापेक्षा तब्बल साठ वर्षांनी लहान. पण गेल्या वर्षभरात 'खमंग'च्या निमित्ताने त्या माझी आजीच होऊन बसल्या होत्या. जितकी मी त्यांना जास्त भेटत गेले, तितकीच मला जाणीव होत गेली की, यांच्यासारखी पहाडाएवढी माणसं यापुढे भेटणं कठीण. माझं नशीब म्हणूनच मी त्यांच्या सान्निध्यात आले.

मी बहुधा सोमवारी त्यांच्याकडे जायची. बऱ्याचदा, आधी न कळवताच. पण त्याही माझी वाट पाहत असायच्या. दुपारी कितीही वाजता गेले तरी दोन मिनिटांत त्या सांगायला सुरुवात करायच्या. दुपारी त्या बहुतेक झोपत नसतच. जमलं तर वाचन, नाहीतर काहीतरी लिखाण करत असायच्या. सांगायच्या तेही इतकं सलग की नुसत्या परिच्छेदाच्या खुणा केल्या की काम झालं. कधी एखादं वाक्य अर्धवट असतानाच, त्यांना गोष्ट आठवायची. मग ती गोष्ट मला सांगायच्या आणि लगेच वाक्य पुढे सुरू. २५ ते ३० मिनिटांत माझं काम झालेलं असायचं. मग त्या मला चहाचा आग्रह करायच्या. माझीही वेळ झालीच आहे, असं म्हणून मलाही त्यांच्या आवडीचा 'ऑरेंज पिको फ्लेवर्ड टी'

पाजायच्या. बरोबर कधी बिस्किटं, कधी शेव, तर कधी सकाळी केलेली एखादी दशमी असायचीच.

मग आमच्या गप्पा सुरू व्हायच्या. आणीबाणीला वीस वर्षं झाली तेव्हा सर्व वृत्तपत्रांनी विशेष लेख छापले होते. ते वाचून एकदा त्यांनी मला डॉ. गोरवालांची कहाणी सांगितली. कोणत्याही लेखात त्यांचा उल्लेख नव्हता, याचं त्यांना फार वाईट वाटलं होतं. दुर्गाआजी जेव्हा हे सांगत होत्या, तेव्हा एकीकडे त्या काळात पोचल्या होत्या आणि दुसरीकडे अशा मोठ्या माणसाची कदर करणारंही कुणी राहिलं नाही, याची खंत करत होत्या.

अशीच दुसरी आठवण त्यांनी सांगितली ती जनता पक्षाचं सरकार पडलं त्या दिवसाची. आजी तेव्हा चर्चगेट भागात होत्या. "एक १८-१९ वर्षांचा तरूण माझ्यासमोर आला नि म्हणाला, 'बाई, आपलं सरकार पडलं हो,'' त्या सांगत होत्या. 'मग?' यांचा प्रश्न. तो म्हणाला, 'तुम्ही काहीतरी बोला नं' यांची तयारी होतीच. मग त्या मुलाने चर्चगेट स्थानकात एक खुर्ची आणून ठेवली. आजी तिच्यावर उभ्या राहिल्या आणि त्या बोलायला लागताच शेकडो माणसं भोवती जमा झाली. त्यांना आता तो मुलगा आठवत नाही. पण त्याचं कौतुक मात्र वाटतं.

एकदा, मी गेले तेव्हा त्या काहीतरी शिवत बसल्या होत्या. त्यांच्या शिवणाच्या डब्यात पाहिलं तर मला एक सुंदर लेस दिसली. "आजी, मला शिकवाल ही लेस विणायला क्रोशियावर?" मी पटकन विचारलं, तर म्हणाल्या, "पुढच्या वेळी क्रोशिया आणि दोरा घेऊन ये. मग पाहू." मी पुढच्या वेळी तयारीनिशी गेले. आणि ज्या सफाईने त्यांचा हात चालत होता, वय वर्ष ८५ असताना, ते पाहून थक्कच झाले. मग, हळूच म्हणाल्या, "दुनियाभरच्या लेसी मला विणता येतात. आणि भारतातलं सर्व प्रकारचं भरतकामही." मी त्यांच्याकडून काही लेसी शिकले. भरतकाम मात्र त्यांना आता जमत नाही आणि त्यांना काही सांगायचं म्हणजे मी त्यांना त्रास देतेय, असंच मला वाटायचं. त्यांच्या हातातलं

कौशल्य पाहून वाटलं, हा ठेवा त्यांनी ज्यांना दिला असेल, ते किती नशीबवान.

एक दिवस सहज बोलता बोलता लग्नाचा विषय निघाला तो पपईच्या वड्यांवरून. "माझ्या बहिणीला बघायला येणार होते. साग्रसंगीत स्वयपाक तयारच होता. घरात दोन-तीन पिकलेल्या पपया होत्या.' माझ्या डोक्यात आलं त्याच्या वड्या करायचं. मग काय, मस्त वड्या झाल्या. आंब्याच्या वड्यांसारखा रंगही आला. आणि कमलचं लग्नही ठरलं," आजी रंगून सांगत होत्या. हाच धागा पकडून मी त्यांना मोठ्या धैर्यानं विचारलं, "आजी, तुम्ही का नाही लग्न केलं?" त्यांच्या चेहऱ्यावर एकदम हसू उमटलं. म्हणाल्या, "माझ्याशी लग्न करायला कितीजण तयर होते तेव्हा. पण मी होते आजारी, अशक्त. अशक्त, निरोगी नसलेली मुलं जन्माला घालणं हा गुन्हा आहे, असं माझं पक्कं मत आहे. आणि माझ्या भावंडांच्या मुलांना मीच वाढवलं. मला स्वतःला मुलं नाहीत म्हणून काहीही कमतरता मला जाणवत नाही." आजींनी लग्न केलं नाही, म्हणूनच एक धडाडीचं, स्वतंत्र, मनमोकळं आणि अतिशय वादग्रस्त आयुष्य त्यांना जगता आलं, असं मला वाटून गेलं.

आजींची स्मरणशक्ती अत्यंत तीक्ष्ण. कोणतीही आठवण सांगताना साल, तेव्हाची परिस्थिती यांचा संदर्भ त्या नेहमीच द्यायच्या. १९३७ साली दुर्ग (मध्य प्रदेश) परिसरात असताना विषारी सुरणाच्या स्पर्शाने त्या ज्या आजारी पडल्या त्या जवळजवळ दहा वर्षं. (याच आजारपणामुळे त्यांनी लग्न केलं नव्हतं.) हा काळही त्यांना चांगलाच आठवतो. बिछान्यावर पडून राहून आपण डबे भरभरून मालत्या कशा केल्या, वाती वळल्या तेही त्या सांगतात.

स्वयंपाकघर म्हणजे नुसती चूल आणि फक्त घरच्यांना हवं तसं जेवू घालणं हे समीकरण आजींना मुळीच पसंत नव्हतं. आवड, हौस असेल तर गृहिणी त्यात एक वेगळंच विश्व उभारू शकते. यावर त्यांचा सप्रमाण विश्वास होता. त्यांनी स्वयंपाकघरात केलेल्या वेगवेगळ्या प्रयोगांची झलक तर मी,

'खमंग' लिहून घेताना पाहिलीच. मात्र 'स्वयंपाक' या व्याख्येत न बसणाऱ्या इतरही गोष्टी त्यांना माहीत आहेत. उदाहरणच द्यायचं झालं तर केवड्याचा कात, सुगंधी तेलातलं कुंकू. कात त्यांनी 'खमंग'मध्येच एकदा सांगितला. पण कुंकूही तेवढंच 'इंटरेस्टिंग' होतं. सुगंधी तेलात किंवा थेंबभर अत्तरात पिंजर कालवायची. घरीच मेण तयार करून त्याचं कुंकू लावायचं. 'आम्ही कधी बाजाराचं कुंकू लावलं नाही. पण आता लावायला लागलो टिकल्या. कोण उस्तर करणार एवढ्याशा कुंकवासाठी!'

घराघरातून उपयोगी येणारा 'आजीबाईंचा बटवा' त्यांच्याकडे अर्थातच आहे. केस मऊ होण्यासाठी आवळे वाटून लावायचे किंवा मेथी रात्रभर पाण्यात भिजवून वाटून लावायची. असलं काहीबाही आजी मला नेहमी सांगत.

त्या रोज सकाळी जवळजवळ दोन तास तरी सगळे पेपर वाचून काढतात. त्यामुळेच आपण टिकून आहोत असं त्यांना वाटतं. आणि लिहायला विषय तर त्यांना कधीच कमी पडले नाहीत. 'मला एका परिच्छेदातही एखादी गोष्ट सांगता येते. त्यामुळे किमान शब्दमर्यादेचं भय मला कधी वाटलं नाही.'

अशा कितीतरी गोष्टी. त्या कोणालाही काहीही बोलतात, अशी त्यांची ख्याती माझ्याही कानी आलीच होती. आणि मला त्याची पुरेपूर खात्रीही पटली. पण कधीकधी त्या माझ्यासमोर एखाद्या व्यक्तीविरुद्ध बोलताना अचानक थांबायच्या. मला जाणवायचं की, कदाचित त्यांना आपण हिच्यासमोर हे बोलावं की नाही असा प्रश्न पडत असेल. त्या काही प्रमाणात विक्षिप्तही होत्या. मात्र, त्यांनीच सांगितल्याप्रमाणे या विक्षिप्तपणामुळेच त्या आयुष्यात खूप काही साध्य करू शकल्या, असं वाटतं.

मला त्यांचा आलेला प्रेमळपणाचा, आजीसारख्या मायेचा अनुभव काही 'युनिक' नाही किंवा तो फक्त मला मिळालेला नाही, याची जाणीव आहेच. इतर अनेकांचा, ज्यांचा कधी ना कधी दुर्गा भागवतांशी संबंध येतो त्यांचा, हाच अनुभव आहे. आयुष्याची कालमर्यादा कितीही असली, तरी मिळालेल्या

काळाचा पुरेपूर वापर करून, जीवनाच्या विविध क्षेत्रांत नुसतं पाऊल तरी टाकावं, जमल्यास कौशल्य मिळवावं हे दुर्गा भागवतांकडून नक्कीच शिकण्यासारखं आहे.

दि. २ ऑगस्ट १९९५ **मृण्मयी रानडे**

मुंबई

अनुक्रमणिका

Khamang
खमंग

१

थालीपीठ

पाककलेचा विचार करताना, समग्र भारताने अन्नपूर्णेला अतिशय पूज्य मानल्यामुळे तिची प्रतिनिधी म्हणून मी स्वयंपाक करणाऱ्या प्रत्येक स्त्रीकडे आदराने पाहते. एवढंच नाही तर पाककलाकुशल पुरुषांनासुद्धा भीम आणि नल यांचे आदरणीय वंशज समजते.

भारतात ही आतिथ्यशीलता सर्वत्र, सर्व धर्मांत आढळते. इथे एक गोष्ट अवश्य सांगितली पाहिजे. ही आतिथ्यशीलता उपभोगण्यासाठी पाहुण्यानेही आपल्या आवडीनिवडीचं खुसपट न काढता, मिळेल त्याचा आनंदाने स्वीकार करावा. अन्नाला नावं ठेवणं हा मी सांस्कृतिक गुन्हा समजते.

इथे एक गोष्ट लक्षात घेतली पाहिजे. पाकक्रियेच्या बाबतीत मी जातीभेद अवश्य मानते व तो सुसंस्कृतपणाचा एक भाग आहे, असंही मानते. प्रत्येक घरात स्वयंपाकाची वेगवेगळी पद्धत असते. ही रुचिभिन्नता या देशाचं वैभव आहे. जातीयता ही मारक नसून सुगरणपणाला तारक ठरणारी आहे. 'Mother is the best cook in the world' अशी मानवशास्त्रातील एक म्हण आहे. आई ही मुलाचं पोषण, भरण व रुची संपन्न करण्यासाठी त्याला जेवू घालते. त्यामुळे या बाबतीत दुसऱ्या जातीच्या स्वयंपाकाला नावं ठेवू नयेत.

चित्रातच शोभाव्या अशा काही गृहिणीच्या आकृती माझ्या मनात ठसलेल्या आहेत. उदा. मुंबईच्या चौकळशी पाचकळशी माणसांत आम्ही वाढलो. तिकडची एक बाई मासे कापायला मोठ्या विळीवर इतकी आदबशीर बसायची

की पाहात राहावंसं वाटे. प्रसन्न मुद्रा, पदर खोचलेला अशी. दुसरं चित्र आठवतं ते एका कायस्थ गृहिणीचं. ती लहानशा पाटावर बसून चुलीचे सर्व व्यवहार करायची. नीटनेटके नेसण, चेहऱ्यावर स्वयंपाकाच्या क्रियेत संपूर्ण गुंतलेले भाव अशी. ही चित्रं काढायला कोणी धुरंधर चित्रकार नव्हता याचंच दुःख वाटतं.

द्रौपदीला जी थाळी मिळाली होती, तिच्यावरून 'स्थाली पाक' हा शब्द आला. थाळीत काहीही शिजवता येतं. ही तव्याच्या पूर्वीची, खोल, मातीची किंवा धातूची असे. या थाळीत थालीपिठं, पिठलं, भात व भाकरीही होत असत. थालीपीठ म्हणजे थाळीत शिजवलेला पिठाचा पदार्थ. थालीपीठ महाराष्ट्रात अतिशय लोकप्रिय आहे. थालीपिठाची भाजणी ही विविध प्रकारची असते. वेगवेगळी धान्यं भाजून एकत्र करून त्यात ओवा, जिरं, कधी सुंठ, धणे वगैरे घालून भरडसं दळतात. त्यात वाटल्यास हळद घालावी. थालीपिठात प्रमुख एक धान्य असतं. कधी जोंधळा, तांदूळ किंवा बाजरीसुद्धा. जोंधळा असलेली भाजणी बघू.

जोंधळ्याची भाजणी

तीन वाट्या जोंधळा, एक वाटी तांदूळ, एक वाटी चण्याची डाळ, अर्धी वाटी मुगाची डाळ, अर्धी वाटी उडदाची डाळ व मूठभर गहू. सर्व धान्यं मंद आचेवर वेगवेगळी भाजून किंचित भरड दळावी. तसंच एक वाटी धणे, मूठभर जिरं, मूठभर ओवादेखील भाजून एकत्र दळावं.

थालीपीठ करताना दोन वाट्या पीठ घेतल्यास चवीपुरता कांदा, मीठ, थोडं लाल तिखट, हळद, हिंग व मोठे चमचे तेल गरम करून घालावं. हे पीठ गरम पाण्यात भिजवावे. थालीपीठ पानावर किंवा प्लॅस्टिकवर जरा जाडसरच थापावे. तव्यावर टाकायच्या आधी सात-आठ भोकं पाडावी. मंद आचेवर झाकण ठेवून शिजवावं. खरपूस झाल्यावर उलटावं व झाकणाशिवाय शिजवावं.

या थालीपीठाबरोबर पूर्वी ओल्या खोबऱ्याचा तुकडा किंवा लोणी देण्याची पद्धत होती. थालीपीठ अगदी गरम किंवा अगदी शिळं छान लागतं.

तांदळाची भाजणी

तीन वाट्या तांदूळ, उडदाची, मुगाची व चण्याची डाळ प्रत्येकी अर्धी वाटी, वाटल्यास तेवढेच जोंधळे. दोन चमचे मेथी, दोन चमचे धणे, एक चमचा मिरी आणि तेवढाच ओवा. सुक्या मिरच्या भाजून घातल्यास अधिक चवदार होईल. धान्ये व इतर साहित्य भाजून दळावे. थापताना थोडं पातळ थापावं. याच्याबरोबर दह्याची कोशिंबीर चांगली लागते.

भोपळ्याचे थालीपीठ

तिखट थालीपिठांत अपवाद आहे तो भोपळ्याच्या थालीपिठाचा. भोपळा किसून वाफवावा. त्यात जोंधळ्याच्या भाजणीचं पीठ, थोडी मेथी घालावी. भोपळ्याचा स्वाभाविक लाल रंग असल्याने हळद घालू नये. यात गूळ घातल्यासही वेगळी चव येते.

■■■

२

झटपट खिचडी

पुष्कळदा गृहिणी कितीही सुगरण असली तरी एखादा दिवस असा येतो की निदान संध्याकाळच्या वेळी तरी स्वयंपाक करणं तिला शक्य होत नाही. सकाळचं शिळं खायला माणसंही कंटाळलेली असतात. अशा वेळी थकून घरी आलेल्यांना काहीतरी रुचकर खावंसं वाटतं. या पदार्थाच्यां दोन तऱ्हा आहेत. पातळ आणि भातासारखा किंवा तिखटमिठाच्या सांज्यासारखा. या एकमेव पदार्थात गृहिणी घरात असेल त्या भाज्यांचा, डाळींचा किंवा पिठाचा चतुरपणे उपयोग करू शकते. सर्वांत सोपी आहे ती तांदूळ आणि मूग यांची खिचडी.

मुगाच्या डाळीची खिचडी

मुगाचे प्रमाण निदान तांदळाच्या अर्धे तरी असते. विशेषकरून बंगाली माणसांना तांदूळ आणि मूग सारखेच आवडतात. कांदा आवडत असला तर. मुगाच्या खिचडीला मसाला म्हणजे जिरं आणि मिऱ्याची पूड. तेलात किंवा तुपात हिंग, मोहरी आणि मूग भिजवून थोडे कोरडे झाल्यावर थोडे परतून त्यात साधारणपणे तांदळाच्या दुप्पट किंवा जास्त पाणी घालावे. गुजराथी लोकांना पातळ खिचडी जास्त आवडते. ही खिचडी शिजायला फार वेळ लागत नाही. वाढताना कोथिंबीर-खोबरं असल्यास फार मजा येते.

आलं-मीठ लावलेलं ताकही याबरोबर छान लागतं. जास्त सवड असलेल्या गृहिणींनी कढीही करावी. बरोबर लोणचं -

पापड असल्यास उत्तम. 'खिचडीना दोस्त चार; दही, घी, पापड अने अचार!' अशी एक म्हण आहे. हा फॉर्म्युला उत्तर हिंदुस्थानात फार लोकप्रिय आहे.

गव्हाच्या भरड्याची खिचडी

दुसऱ्या तऱ्हेची खिचडी म्हणजे गव्हाच्या भरड्याची. यात मूग किंवा मुगाची डाळ घालून शिजवल्यास खिचडी चांगली लागते. मराठी लोकांत ही फारशी करत नाहीत. यात शिजवताना तोंडली, मटार, फरसबी वगैरे टाकल्यास चांगल्या लागतात. या खिचडीच्या फोडणीत जिरे, एखादा दालचिनीचा तुकडा व एखादी लवंग टाकावी.

डाळफळं

आता एक-दोन पातळ पदार्थ पाहू. वरण सकाळचं असलं तरी चालतं. किंवा ताजं घ्यावं. ते घोटून बरंचसं पातळ करावं. मग त्यात आपला आमटीला घालतो तो मसाला (काळा), चिंच घालून ते उकळत असताना कणकेचे कच्चे शंकरपाळे त्यात घालावे. ते पूर्ण शिजू द्यावे. वर थोडी कोथिंबीर घालावी. मराठीत याला डाळफळं तर गुजरातीत डाळढोकळा म्हणतात. कारण जुनी मराठी पद्धत अशी की, या आमटीसदृश वरणात कुठल्याही पिठाचे (गहू, मूग, चणाडाळ) थोडे तेल, मीठ, जिरे-धनेपूड घालून गोळे करायचे व ते टाकायचे. याला वाटोळे केल्यास फळं म्हणतात, अन्यथा मुटके. भाज्यांचे तुकडे टाकले तरी चालतात. या एकाच पदार्थाने खाणाऱ्याची तृप्ती होते.

उकडपिंडी

एक जुना पदार्थ आहे, त्याला उकडपिंडी म्हणतात. विशेषकरून ब्राह्मणांत ही पद्धत रूढ आहे. तेलाची फोडणी करून त्यात कढिलिंबाची पानं टाकावी. सुक्या मिरच्यांचे तुकडे टाकावे व कणीक टाकून नीट भाजून

घ्यावी. मग थोडे मीठ घालून, ताक मिसळलेलं गरम पाणी (दीडपट) घालून मंद जाळावर मोकळी शिजू द्यावी. फार गच्च गोळा होऊ नये म्हणून पाणी शिंपून घातलेलं चांगले. या उकडपिंडीवर सुकं खोबरं किसून घातल्यास छान लागतं. तसंच लिंबाच्या लोणच्यानंही छान चव येते.

एकत्र पिठलं-भात हाही असाच एक पदार्थ. एक वाटी चण्याचं पीठ फोडणीला टाकून चांगलं भाजून घ्यायचं. दोन वाट्या तांदूळ धुऊन किंचित फोडणीवर परतून घ्यावेत. आणि ते पाणी घालून अर्धवट शिजवावे. मग त्यात चण्याचे पीठ मिसळावे. पिठाचा गोळा होऊ नये म्हणून जाळ कमी ठेवून नीट परतून भात शिजवावा. या गोष्टी करायला गृहिणीची नजर व हात पदार्थांवर बसावा लागतो. नाहीत ते खाणाऱ्याला रुचत नाहीत. एकच पदार्थ करायचा असल्याने तो रुचकर व देखणा झाला पाहिजे.

■■■

३

नैसर्गिक रंगाचे जॅम आणि जेली

मी खरं तर कित्येक दिवसांत जेली केलेल्या नाहीत. जेव्हा मी त्या करीत असे, तेव्हा पेरू, जांभळं इत्यादी फळं स्वस्त व विपुल प्रमाणात मिळत. त्यांचं काय करायचं हाच प्रश्न असे. आजच्या महागाईच्या दिवसात फक्त पेरूची जेली, कैरीची जेली करणं गृहिणीला परवडेल.

पेरूची जेली

फळांची जेली करताना जी फळं मऊ किंवा टाकावीशी वाटतात अशी चालतात. पेरू लिबलिबितच आणावेत, रूपाकडे पाहू नये. मग ते पेरू धुऊन त्यांच्या बारीक (बियांसकट) फोडी कराव्यात. बियांमुळे रस आळतो. एक वाटी फोडी असल्यास तीन वाट्या पाणी घालून चांगलं शिजू द्यावं. पाणी निम्मं आटल्यावर, गार झाल्यावर श्रीखंड गाळतो तसं फडक्यातून गाळावं. चोथा टाकून द्यावा. रस वाटीने मोजून घ्यावा. बरोबरीने साखर घालावी. साखर घातल्यानंतर ढवळत मंद आचेवर शिजवावे. मोठमोठे बुडबुडे आले की, जेली होत आली असे समजावे. आवडीप्रमाणे लिंबू रस टाकून जेली उतरावी. पेरूच्या जेलीला गुलाबी रंग येतो.

पेरूची वडी

वडी हवी असल्यास आणखी आळवावं. ताटात थापावं. वडी खडखडीत होत नाही, मऊच राहते. वडी वर्तमानपत्रावर ठेवली, तर खालची अक्षरं वाचता येतात, इतकी ती पारदर्शक होते. याचप्रमाणे जांभळाची जेली करावी. तीही अगदी सुरेख दिसते.

कवठाची जेली

कवठे मिळतात तेव्हा फार स्वस्त मिळतात. जास्त पिकलेली कवठं घेऊन त्याचाही गर काढून पेरूच्या जेलीप्रमाणे करावी. जेलीचा रंग तांबूस तपकिरी दिसतो व ती अतिशय चवदार लागते. फळांच्या जेलीत मूळचा वास राहतोच.

रायआवळ्यांची जेली

नंतर मी एकदाच केलेली जेली म्हणजे रायआवळ्यांची. आवळे दुप्पट पाण्यात शिजवायचे. चांगले मऊ झाले, गार झाले की हाताने चांगले कुस्करायचे. कठीणपणा कोठेही राहता कामा नये. यात कमीत कमी दीडपट साखर लागते. साखर घालून आवळे शिजायला ठेवल्यावर एक चमत्कार घडतो. आवळ्याच्या पिवळ्या रंगाच्या जागी सुंदर किरमिजी रंग येतो. मात्र आवळे व्यवस्थित पिकलेले असावेत.

चिकूचा जॅम

चिकूचा जॅमसारखा पदार्थ छान होतो. पण कृती जरा वेगळी. पिकलेले चिकू घ्यावे. त्यातली बी व साल काढावी. चिकूंना चांगली वाफ आणावी. कुस्करून त्यात बरोबरीने किंवा चिकूच्या गोडीनुसार साखर घालावी. थोडासा लिंबाचा रस घालावा. या जॅमला पारदर्शकपणा येत नाही.

फणसाचा जॅम

एका आणखी टाकाऊ पदार्थाचा जॅम सांगते. फणसाच्या दिवसात, गाडीवाल्याकडून फणसाबरोबरच चारखंडही घ्यावी. ती अतिशय स्वादिष्ट असतात. घरी आणून ती धुवावी. सालीचा गर निपटून घ्यावा. मग चारखंड व गर चांगलं उकडून घ्यावं. नंतर तो घोटून एकजीव करावा. मग त्यात पाऊणवाटी तरी साखर घालावी. वर बुडबुडे येईपर्यंत शिजवावे.

कैरीचा जॅम

कैऱ्या सबंध उकडून घ्यायच्या मग त्याचा गर काढायचा. दुप्पट साखर घालून बुडबुडे येईपर्यंत शिजवायचा. याला सुंदर पोपटी रंग येतो.

जॅम्स व जेलीमध्ये कृत्रिम रंग घालण्यापेक्षा फळांचे स्वाभाविक रंग छान दिसतात.

अंजिरंसुद्धा लवकर पिकतात. अशी अंजिरं टाकण्यापेक्षा शिजवावी. निमपट साखर घालावी. यालाही चांगला रंग येतो.

निवडुंगाची फळं, ज्याला लाल बोंडं म्हणतात ती अतिशय स्वादिष्ट असतात. पूर्वी खेड्यातले लोक ती चुलीत टाकत, त्यामुळे त्याचे काटे जळून जात, व खात. हे पाहून मी एक प्रयोग केला. आमच्या घरी परदेशी वस्तू वापरण्याची प्रथा नव्हती. त्या वेळी केशरही काश्मीरपेक्षा स्पेनहून येत असे. मला हलवा करायचा नाद होता. मग केशराऐवजी मी निवडुंगाची बोंडं आणली. ती निखाऱ्यावर ठेवून, चिमट्याला धरून त्याचे काटे जाळले. थंड झाल्यावर त्याचा रस काढला. मग साखर घातली. रंग द्यायला पाक किंचित दाट लागतो. हा रंग मी हलव्याला दिला. लहान मुलांना देण्यासाठी करायचं असल्यास हा पाक बदाम किंवा काजूवर घालून हलवा करावा. एका रंगावर समाधान होईना. म्हणून मी तुळशीच्या पानांचा रस काढून त्याचा पाक केला व हलव्याला दिला. तो पिस्त्यासारख्या दिसतो. शिवाय माझ्या हलव्याला पेपरमिंटचा स्वादही आला.

पपईच्या वड्या

पपई लिबलिबित झाली की त्याचासुद्धा जॅम करता येतो.. किंवा ओला नारळ व थोडं लिंबू घालून वड्या केल्यास अगदी आंब्याच्या वड्यांसारख्या होतात.

आपल्याभोवती असलेले विविध नैसर्गिक पदार्थ गृहिणीने वापरल्यास कित्येक पदार्थ ती कृत्रिम रंग न वापरता करू शकते.

■■■

४

करंज्या नि कडबोळी

दिवाळीत फराळाचे इतर काही पदार्थ नसले, तरी करंजी मात्र हवीच. आणि करंजी किती वेगवेगळ्या प्रकारची करता येते हेच आज मी सांगणार आहे. पापुद्र्याची करंजी, सारण भरून करायची करंजी, ओल्या नारळाची करंजी असे कितीतरी प्रकार. खरं तर खोबरं, खसखस, वेलचीपूड यांचं सारण भरून तुपात तळलेली करंजी हा एक चविष्ट पदार्थ आहे. परंतु आता तुपाचे दिवस संपले. डालडाचेही सरले. राहता राहिले तेल. तेलात करंजी तळता येते हे पुष्कळ शहरी लोकांना खरं वाटणार नाही. परंतु मला स्वतःला कुठल्याही तुपातल्या करंजीपेक्षा तेलातलीच जास्त आवडते. मी आता सांगणार आहे ही करंजी मालवणच्या लोकांची आहे, विशेषतः शेतकरी बाण्याच्या लोकांची. ती अशी

भाजणीची करंजी

सबंध मूग आणि तेवढेच हरभरे. वेगवेगळे खमंग करपू न देता भाजावे. मग ते भरडावे म्हणजे सालं निघून जातात. त्यानंतर ते एकत्र करून दळायचं. त्यांची पिठं चांगली पांढरी दिसतात. हे पीठ जरा भरड असावं. त्यात सुकं खोबरं किसून भाजून टाकावं. थोडी सुंठपूड थोडी वेलचीपूड, जायफळाची पूड टाकावी. त्यात निमपट पिठीसाखर घालावी. म्हणजे सारण खमंग होतं. नंतर मैदा थोडं तेल व किंचित मिठाचा दाणा घालून भिजवायचा. थोड्या वेळाने पीठ कुटून घेऊन त्याचे गोळे करावेत. त्याच्या पुऱ्या लाटून त्यात सारण भरून करंजी

करावी. ही कातून किंवा मुरड घालून करावी. करंजीची पापडी फार पातळ किंवा फार जाड नसावी.

मी स्वतः करंज्या कातून करण्यापेक्षा मुरड घालून करणे पसंत करते. मुरड उलट सुलट दोन्ही बाजूंनी घातली, तर करंजी अगदी सुबक हारासारखी दिसते. (हे खरे कानवले. कडबू असेच करतात.) यावरून मला एक छान आर्या आठवते आहे. मोरोपंतांची आहे. ती आम्ही लहानपणी म्हणत असू.

कृष्ण म्हणे मातेला
आम्ही जातो वनात मथुरेला
दे काही खायाला,
लाडू अथवा हातात कानवला

ओल्या नारळाची करंजी

ही जेवताना किंवा फराळाच्या वेळी ताजी ताजी खाण्याची वस्तू आहे. ती बनवण्यासाठी मैद्याच्या चाळणीने चाळलेली कणिक व थोडा मैदा घेतला की काम भागते. करंजीची पापडी खुसखुशीत व्हावी असं वाटलं तर हे पीठ भिजवताना त्यात पाण्याऐवजी गाळलेलं नारळाचं दूध घालावं व पीठ घट्ट भिजवावं. तासभर ठेवून मग करंजी करावी. सारण करण्यासाठी नारळ खोवून त्यात आवडीप्रमाणे गूळ किंवा साखर घालावी. गूळ घातल्यास थोडी सुंठपूड वापरावी व साखर घातल्यास वेलदोडा/जायफळ यांची पूड घालावी. हे सारण कढईत चांगलं परतून एकजीव होऊ द्यावं. सारण चुलीवरून खाली उतरल्यावर लगेच भरावं. म्हणजे वास कायम राहतो. ही करंजी जास्त खमंग लागते. ती तुपात तळावी.

दात नसलेल्या माणसांना करंजी खावीशी वाटते पण खोबरं खाववत नाही व चोथटपणामुळे न चावता खाल्याने खाण्यात गोडी वाटत नाही. त्यांच्यासाठी करंजी कशी करायची ते पाहू :

उकडलेली करंजी

मुगाची डाळ भिजवून थोड्या पाण्यात कोरडी शिजवावी. मग ती पळीने घोटून तिच्यात डाळीच्या निम्म्यानं गूळ व साखर घालावी. जायफळ व वेलदोड्याची पूडही घालावी. हे सारण मुटक्यांप्रमाणे वळून ठेवावं. कणकेत पुरेसे मोहन घालून त्याच्या लहान लहान लाट्या करून छोट्या पुरीएवढ्या लाटाव्या, त्यात हे सारण भरावं आणि ते उकडून घ्यावं. करणाऱ्याला फारशी मेहनत पडत नाही.

कडबोळी

अठरा धान्याचं कडबोळं म्हणतात ते खोटं नाही. असतील नसतील ती धान्य सालीसकट भाजावी हे खरं जुन्या पद्धतीच्या कडबोळ्यांच्या भाजणीचं साहित्य. पण सर्वसाधारण परंपरागत भाजणी अशी : हिच्यात बाजरीचं प्रमाण जास्त कारण कडबोळं जितकं काळं तितकं रुचकर. तर चार वाट्या बाजरी, पाव वाटी उडीद, पाव वाटी हरभरे, दोन मोठे चमचे तांदूळ, तेवढेच गहू व तेवढेच मूग. प्रथम बाजरी भाजून घ्यावी. मग बाकीची धान्यं मिश्र अशी भाजून घ्यावी. भाजताना एक हळकुंड फोडून भाजून घ्यावं. या भाजणीत ओवा हवाच हवा. धणे अर्धा चमचा, जिरे अर्धा चमचा, मिरी अर्धा चमचा पण ओवा मात्र तीन चमचे घालावा. वाटल्यास लाल मिरची दोनचारच तुकडे करून भाजून टाकावी. भाजताना हिंगाचा खडाही टाकावा. ही सर्व भाजणी एकत्र करून नीट दळावी. कडबोळी करताना पीठ कडकडीत पाण्यात बेताचं मीठ घालून भिजवावं. त्यात थोडं तेलाचं मोहन घालून मळावं मग पाटावर हाताला थोडं तूप लावून कडबोळी गोल वळावीत. काहीजण चिमट्याच्या आकाराचीही करतात. सारस्वतांत तांदळाची कडबोळीही करतात. या तांदळाच्या कडबोळ्यांत चवीसाठी लोणी घालतात. त्यामुळे ती खुसखुशीत होतात.

चकल्या

चकल्या आजकाल बाजारात मिळतात, पण खऱ्या सुगृहिणी घरीच करतात. मुख्यतः तांदूळ, चण्याची डाळ, मुगाची डाळ समप्रमाणात घ्यावी. ही भाजणी फार नाजूकपणे भाजावी लागते. प्रत्येक धान्य भिजवून, धुऊन, निथळून मग वेगवेगळं भाजायचं असतं.

आमच्या घरी एक गरीब कायस्थ बाई स्वयंपाकाला होत्या. त्यांना तेल घालून चकल्या करणं शक्य नसे. त्या मंद जाळावर अतिशय काळजीपूर्वक भाजणी करायच्या. अशी सुरेख चकली मी पुन्हा खाल्ली नाही. तेव्हा पदार्थ चांगला होण्यासाठी तेल, तूप भरपूर घालावं लागतं ही कल्पना बरोबर नाही.

■■■

५

चटण्या आणि कोशिंबिरी

चटण्या आणि कोशिंबिरी या कुठल्याही जेवणाची लज्जत वाढविणाऱ्या गोष्टी आहेत.

डाळिंब्यांची कोशिंबीर

कोशिंबिरी फळांच्या आणि भाज्यांच्याही करता येतात. डाळिंब्यांची कोशिंबीर ही थोडी साखर, दही, मीठ, जिऱ्याची पूड घालून करता येते. हिला फोडणी द्यायची नाही. तशीच कैरीची कोशिंबीर सांगते.

कैरीची कोशिंबीर

कैरी सोलून किसून घ्यायची. मग तासभर दुप्पट-तिप्पट पाणी घालून ठेवायची. मग घट्ट पिळून कोरडा कीस बाजूला करायचा. जास्त आंबट वाटल्यास फिरून पाणी घालून कीस पिळून घ्यावा. नंतर या किसात थोडं दूध, दही व किंचित मोहरीची पूड घालून कोशिंबीर करायची. ही फार रुचकर लागते. उरलेल्या पाण्याचं सरबत छान होतं.

काकडीची कोशिंबीर

केळ्याची कोशिंबीर सर्वांना माहीत असल्यामुळे तिची कृती मी इथं देत नाही. पण मुलांना ती हटकून आवडते. काकडीच्या कोशिंबिरीचे दोन-तीन प्रकार आहेत. एक म्हणजे काकडी चोचवून तिचं पाणी काढून घ्यायचं. पाणी काढताना तुपाचा हात लावावा म्हणजे फिरून पाणी सुटत नाही. मग काकडीत दही, कोथिंबीर, मिरच्यांचे बारीक तुकडे घालून जिऱ्याची हिंग घालून फोडणी करावी. फोडणी तुपातली करावी. दुसरी कोशिंबीर अशीच. पण

अर्धा चमचा मोहरी बारीक वाटून लावून करता येते. काकडी किसून जरा पिळून घेऊन तिच्यात थोडं खोबरं, कोथिंबीर, मिरच्यांचे बारीक तुकडे घालून वर लिंबू पिळावं आणि हिंग, मोहरी घालून तुपाची फोडणी घालावी. हिच्या फोडणीत हळद घालू नये.

काकडीचं पाणी टाकू नये. त्याची चटणी मग सांगते.

काकडीचा कायरस

काकडीची सालं काढून किंवा न काढताही अगदी बारीक फोडी कराव्या. नंतर दोन वाटी फोडी असल्यास अर्धी वाटी शेंगदाणे भाजून घ्यावे. थोडी चिंच घेऊन कोळ करावा. दाणे, तिखट हवे असेल त्याप्रमाणे मिरच्या, कोथिंबीर, जिरं, धणे, थोडी मोहरी, मीठ व थोडं पाणी घालून एकत्र वाटावं. वाटण अगदी बारीक व गुळगुळीत झालं पाहिजे. वाटताना शेवटी चिंचेचा कोळ व गूळ चवीप्रमाणे घालावा. आणि त्यात काकडीच्या फोडी टाकाव्या. मग सगळं एकजीव करून त्याला तेलाची, मोहरी, मेथी, हिंग व हळद घालून फोडणी द्यावी.

काकडीच्या पाण्याची चटणी

यात थोड्या काकडीच्या फोडीही घालाव्या. दाण्याची पूड, भाजलेल्या चण्यांची पूड, खोबरं, कोथिंबीर, धणे-जिरे हे सगळं बारीक वाटून घ्यावं. यात थोडं चिंच-गूळ घालावं. काकडीच्या पाण्यात हे सर्व कालवावं. वरून हिंग-मोहरीची तेलाची फोडणी द्यावी. ही आंबटगोड, पातळसर चटणी छान लागते.

गोपाळाची चटणी

अर्धी वाटी सुकं खोबरं भाजून घ्यायचं. अर्धी वाटी ओलं खोबरं घ्यायचं. एक चमचा धणे, एक चमचा जिरं, एक भाजलेला कांदा, थोडं आलं, थोडी लसूण, मीठ घालून चटणी खलबत्त्यात कुटावी. थोडी चिंचही घालावी. फार बारीक करायची नाही. ही चटणी भरडच चांगली लागते.

आमच्या घरी गोपाळ नावाचा आजोबासारखा असणारा म्हातारा गडी होता. मी पहिल्यांदा स्वयंपाक करताना, फजिती होऊ नये, म्हणून ही चटणी त्याने मला शिकवली होती.

टोमॅटोची कोशिंबीर

टोमॅटोची कोशिंबीर दही घालून होते, फोडणीशिवाय होते, फोडणी देऊनही होते. कांदा घातला तर कोशिंबिरीला जास्त स्वाद येतो. टोमॅटो व काकडीची कोशिंबीरही छान लागते. मीठ, मिरची, कोथिंबीर व थोडं खोबरं घालून ती बहारदार लागते.

टोमॅटोची चटणी

चटणीसाठी टोमॅटोच्या मोठ्या फोडी कराव्या. एका भांड्यात तेलाची जिरं, मोहरी, मेथी, हिंग व हळद घालून फोडणी करावी व त्यात त्या फोडी टाकाव्या. मग थोडे भाजलेले तीळ, भाजलेल्या खोबऱ्याचा कीस, भरपूर कोथिंबीर, दोन ओल्या मिरच्या व दोन सुक्या मिरच्या घालून चटणी वाटावी. ही चटणी पातळसरच बरी लागते. कुणीकुणी थोडी चिंचही यात घालतात.

वांग्याची चटणी

वांग्याची चटणी दोन प्रकारची करता येते. कच्चं वांगं बारीक चिरून जरा वेळ पाण्यात ठेवायचं. म्हणजे राप निघून जातो. दोन वाटी फोडी असल्या, तर त्यात एक टेबलस्पून भाजलेले तीळ, दोन टेबलस्पून किसलेलं खोबरं. ओली व सुकी मिरची दोन्ही व थोडी चिंच घालून पाट्यावर वाटायचं. मग त्याला तेलातली मेथी, मोहरी, जिरं, हिंग, हळदीची फोडणी द्यायची.

भाजलेल्या वांग्याची चटणी

त्याच्या गरात खोबरं, शेंगदाणे, जिरं, धणे आणि चिंच घालून करता येते. हिलाही वरच्याप्रमाणेच फोडणी द्यावी.

■■■

६

रस'भरीत'

भरीत हा भारतभरच्या तोंडीलावण्याचा एक लोकप्रिय प्रकार आहे. कुठलीही भाजी शिजवून तिच्यात थोडा चिंचेचा कोळ किंवा शिजवलेला टोमॅटो किंवा दही किंवा बारीक वाटलेलं खोबरं किंवा नारळाचं दूध घालून भरीत होतं. कधीकधी हा कुठलाही प्रकार न घालता भरीत होऊ शकतं. उदा. वांगं. वांग्याचं भरीत दही न घालता असं करता येतं.

वांग्याचं भरीत

वांगं भाजून घ्यावं. भाजल्याने त्याचा स्वाद वाढतो. भाजणं शक्य नसल्यास सरळ कुकरमधून उकडून काढावं यासाठी साधारण मोठी, लांबट वांगी घ्यावी. बिया कमी असलेलं वांगं भरीताला सर्वात उत्तम. उकडलेलं वांगं सालासकट कुस्करावं. त्यात साल फुकट जात नाही. भाजलेल्या वांग्याच्या साली काढून गर कुस्करून घ्यावा. या गराच्या भरीताचे प्रकार असे –

(१) सर्वात सोपी कृती म्हणजे वांग्याच्या गरात थोडी ओली मिरची कुस्करून टाकावी. थोडी कोथिंबीर घालावी. कांदा बारीक चिरून घालून मीठ घातल्यानंतर भरीत तयार होतं.

(२) वांग्याच्या गरात मिरची, कोथिंबीर, आलं वाटून फोडणी घालावी. फोडणीत मोहरी, जिरं व हिंग, हळद घालावी.

(३) वांग्याच्या गरात थोडी चिंच कोळून टाकावी. मग तेलाची फोडणी करून त्यात कांदा परतून घ्यावा. या

फोडणीत हिंग घातला नाही तरी चालतो. जिरं-हळदीची फोडणी करावी आणि गर व कांदा नीट परतून भरीत करावे.

आता दह्याचे प्रकार.

दह्यातलं भरीत गरात कच्चा कांदा घालून कोथिंबीर, मिरचीचे तुकडे घालून त्यात दही मिसळावे. भरीतात दही फार घातले तर ते चांगले लागत नाही. या भरीताला मोहरी, जिरं व हिंग घालून तुपाची फोडणी वरून द्यावी. कांदा घातल्यावाचूनही असंच भरीत करता येतं. लसणाची फोडणी करून त्यात थोड्या सुक्या मिरच्यांच्या फोडी व धण्याची पूड घालून, वांग्याचा गर टाकून थोडं परतावं. यात थोड्या टोमॅटोच्या फोडी फोडणीत चांगल्या लागतात.

कोळ्याचं भरीत वांग्याच्या गरात दोन वाटी गर असल्यास एक वाटी नारळाचं दूध काढून घालावं. ओली मिरची, कोथिंबीर व थोडा चिंचेचा कोळ घालून भरीत करावे. यात आवडत असल्यास थोडा गूळ/साखर घालावी. या भरीताला जरा जास्त हिंग घालून, जिरं व मोहरीची तुपाची फोडणी करून द्यावी.

डाळीच्या पिठाचं भरीत तेलाची जरा जास्त फोडणी करून त्यात हिंग, मोहरी, जिरं व किंचित मेथीचे दाणे, हळद घालून फोडणी करावी. त्यात वांग्याचा गर घालावा. मिनिटभर परतल्यावर त्याच्यावर थोडं डाळीचं पीठ पेरावे. दोन वाट्या गर असल्यास पाऊण वाटी पीठ पुरतं. मंद जाळावर जरा झाकण ठेवून पीठ शिजू द्यावं. फोडणीतच मीठ टाकल्यास जास्त चांगलं. या भरीतात वाटल्यास थोडा चिंचेचा कोळ व गूळ टाकावा. वरून थोडी तांबड्या तिखटाची पूड व थोडा खोवलेला नारळ घालावा. हे भरीत घट्ट करू नये. पळीवाढे असल्यास उत्तम.

जंगलात हिंडताना मला बिनभांड्यांचा स्वयंपाक शिकावा लागला. त्यात भुर्ता किंवा भरीत प्रामुख्याने होतं. निखारे, वाळलेल्या शेणींची आग करून त्यावर वांगं भाजून घ्यावं. मग पळसाच्या पानावर ते सोलून त्याचा गर करावा. जवळ असेल त्याप्रमाणे मीठ, तिखट घातलं की झालं भरीत. त्याच्या बरोबर खायला म्हणून कणकेचे किंवा कुठल्याही पिठाचे गोळे करून निखाऱ्यावर भाजावे. हा झाला बिनभांड्यांचा स्वयंपाक.

लाल भोपळा, दुधी भोपळा, उकडलेली तोंडली, यांचंही भरीत चांगलं होतं. लाल भोपळ्याचं भरीत सर्वांना माहीत आहेच. त्यात थोडीशी मोहरी वाटून लावल्यास स्वाद चांगला येतो व फोडणीची गरज नसते.

दुधी भोपळ्याचं भरीत

दुधी बऱ्याच जणांना आवडत नाही. पण तो चवीला मधुर असतो. दुधीच्या लहान फोडी करून, थोडं पाणी घालून शिजवायच्या. पाणी जिरलं की खाली उतरून थंड करायच्या. दोन वाटी फोडी असल्यास अर्ध्या हाताने कुस्करायच्या. या गरात मग दही, थोडी ओली मिरची, कोथिंबीर आणि किंचित वाटलेली मोहरी व मीठ घालून कालवायचं. फोडणी दिल्यास अधिक चविष्ट लागतं. चिमूटभर साखर टाकल्यास भरीताला अधिक चव येते. उकडलेल्या कोबीचे भरीत असंच करावं.

बट्याट्याचं भरीत

बटाट्याचं भरीत हा मुलांना आवडणारा रुचकर पदार्थ आहे. बटाटे उकडून त्याच्या फोडींना मीठ चोळून ठेवावं. थोडी धन्या-जिऱ्याची पूड, दही व साखर घालावी. उकडलेल्या तोंडल्याचे भरीत असेच करता येते. मात्र तोंडली उकडतानाच त्यात मीठ टाकावे, म्हणजे ती लवकर शिजतात. मग ती थंड झाल्यावर अगदी बारीक चिरून त्यात दही, वाटून मिरची, कोथिंबीर व धन्या-जिऱ्याची पूड घालून कालवावी.

कैरीचं भरीत

उकडलेली कैरी आंबट असते हे खरं; परंतु तिचंही स्वादिष्ट भरीत होतं. कैरीच्या गरात त्याच्या दीडपट तरी साखर घालावी लागते. त्यात गोड दही, थोडं मीठ, ओली मिरची वाटून टाकावी. कैरीत दही कशाला असं वाटेलंही. पण प्रत्यक्षात ते मिश्रण फार स्वादिष्ट लागतं.

पालेभाज्यांचं भरीत

माठ, राजगिरा व विशेषतः पालेभाज्याचे देठ उकडून त्याचे भरीत उत्कृष्ट होते. यात नारळ बारीक खोवून चिंचेचा कोळ घालावा. फोडणी लसणाचीही चांगली लागते. दही हवं असल्यास घालावं.

■■■

७

कुवळाचे पोहे

गेल्या वेळी भरीताची कृती दिली. आता त्याच वांग्याचं भरीत घालून बनवलेल्या पोह्यांची कृती मी देत आहे. हे 'कुवळाचे पोहे' ही कोकणातील कृती आहे. ती अशी.

कुवळाचे पोहे

साधारण किलोभर पोहे असले, तर किलोभर भरीताची वांगी—बिया कमी असल्यास उत्तम—घ्यावी. पोहे फार पातळ नसावे. मध्यम असावेत. विशेषतः दगडी पोहे मिळतात ते उत्तम.

वांगी भाजून घ्यावी. मग ती एका ताटात निवत ठेवावी. निवली की त्यांचा गर काढून तो एकजीव करायचा. मऊ भरीत तयार झाल्यावर मिरच्या थोडे मीठ घालून बारीक वाटाव्या व ती चटणी एका मोठ्या वाटीत बाजूला काढून ठेवावी. एक जुडी कोथिंबीरीची पानं काढून बारीक चिरून बाजूला ठेवावी. चिंच अंदाजे घ्यावी व पाण्यात भिजवून कोळ काढून बाजूला ठेवावा.

मग वांग्याचे भरीत एका पातेलीत काढून घ्यावं. चांगलं आंबट होईस्तोवर त्यात कोळ घालावा. मग चिंचेच्या मानाने गूळ घालावा. या पोह्यांना चिंच व गूळ दोन्ही जास्त लागतात. या पोह्यांना कुवळाचे पोहे म्हणायचं, कारण नारळाचं दूध जास्त लागतं. जुन्या पद्धतीनुसार माणशी अर्धा नारळ असं हे प्रमाण पडतं.

नारळाचे दूध काढण्याची पद्धतही शिकायला हवी. प्रथम नारळ खवून घेऊन त्यात किंचित मीठ घालून थोडा

वेळ ठेवावा. मग एका भांड्यात हाताने घट्ट चेपून त्याचा दाट अंगरस काढावा. मग चुलीवर पाणी गरम करून घ्यावे व थोडं थोडं पाणी घालून कीस वाटावा व दुसऱ्या एका पातेल्यात दूध काढून घ्यावं. हे दुसऱ्या प्रकारचं दूध. आता तिसऱ्या प्रकारचं दूध. तेच गरम पाणी जास्त वापरून आता कीस कमी झाल्याने तिसरा पातळ रस काढावा. हा तिसरा रस दोनदा काढावा लागतो.

आता भिजलेले पोहे एका मोठ्या पातेल्यात घ्यावे. त्या पोह्यांत थोडे मीठ, साखर किंवा गूळ जास्त, चिमूटभर कच्चा हिंग, थोडंसं तांबडं तिखट व थोडीशी मिरचीची चटणी टाकून ते कालवावे. मग साधारणपणे अर्धा वाटी तुपाची हिंग, जिरं, मोहरीची फोडणी करून ती अर्धी भरीतात व अर्धी पोह्यांना चोळायची.

मग जसजशी माणसं खायला घेतील तसतसे पातेल्यातून वाटीने मोजून पोहे घ्यायचे त्यात कमी जास्त अंदाजाप्रमाणे हे भरीत घालायचे. मग क्रमांक तीनचे व दोनचं दूध घालून पोहे पातळ करायचे. नंतर त्यात अंगरसाचे दूध घालायचे. हे पोहे कालवून पळीवाढे असे बशीतून द्यावे.

याबरोबर पोह्यांचे पापड चांगले लागतात.

साधे दिसले, तरी हे पोहे करायला अंदाज यावा लागतो. छोटीमोठी व्यवधानं सांभाळण्याचा कंटाळा असणाऱ्या गृहिणीने सगळं मिश्रण एकदमच करून ठेवलं तर पोहे काल्यासारखे होऊन चव साफ जाते.

■■■

८

उरली शितं, तरी...

या देशात गव्हापेक्षाही तांदूळ जास्त खपतो आणि ज्याला आपण भात म्हणतो त्याला संस्कृतात 'भक्त' तर पालीत 'भत्त' म्हणतात. तेव्हा हा प्रकार किती जुना आहे ते समजेल. करायला सर्वांत सोपा प्रकार हाच. तांदूळ धुऊन, पाणी घालून चुलीवर ठेवावा. पूर्वी मातीच्या भांड्यात भात खाण्याची प्रथा होती. हा भात अजूनही वनग्रामात केला जातो. तो अतिशय स्वादिष्ट लागतो. हौस म्हणून किंवा कसा लागतो ते पाहण्यासाठी एखादा दिवस मडक्यात भात करून पहावा. मात्र गॅसवर मडकं फुटत असल्याने तो शेगडीवर केल्यास उत्तम. गॅसवर करायचा झाल्यास तवा ठेवून त्यावर मडकं ठेवावं.

सांगायची गोष्ट अशी की, महाराष्ट्रात बहामनी राज्य येण्यापूर्वी लोखंडाची भांडी उदा... तवा, पळी वगैरे स्वयंपाकात वापरली जात नसत. पितळ, तांबं किंवा मातीच्या भांड्यांचा वापर होई. तवाही मातीचाच असे. पूर्वीची फोडणी देण्याची पद्धत म्हणजे खापरावरच फोड़णी तयार करायची. जरा खोलगटसं खापर (पणतीसारखं) विस्तवावर गरम करायचं. याला तेल लागत नाही. त्याच्यावर मोहरी, जिरं, हिंग टाकावा. खापर खाली उतरल्यावर तेल किंवा तूप टाकले तरी चालते. ही फोडणी आमटी, कढी वगैरेंना चांगली.

भारतातही, रोजच्याच भातात किती प्रकार! मऊसर पण भाताची शितं वेगळा दिसणारा भात. कमी पाणी घातलेला फडफडीत भात. माशाची कालवणे खाणाऱ्यांना हा जास्त

आवडतो. पेज काढून टाकलेला भात. अनेक जातींत तांदूळ जवळजवळ शिजले, की पेज सरळ काढून मोरीत ओतून देतात. काही स्त्रिया तर पातेल्याला वर फडकं बांधून पेजेचा अंशही शिल्लक ठेवत नसत. बंगालमध्ये हीच पद्धत रूढ आहे. पेज गाळली की, दोन मिनिटांत जेवायला मिळणार ही खात्री. 'सुनेने पेज गाळली आणि म्हातारा सासरा नाचायला लागला.' असं एक बंगाली गाणं आहे.

एका पाकशास्त्राच्या पुस्तकात (सौ. साजूबाई घुर्ये यांच्या) त्यांनी पेज गाळण्याची कृती सांगून 'ही कृती प्रत्येक नववधूने अंमलात आणावी नाहीतर सासरची मंडळी स्वयंपाक करता येत नाही अशी नावं ठेवतात' असा शेरा होता! मात्र तांदळातला उत्तम भाग म्हणजे पेज असते. ती वाया घालवणे ही गोष्ट बहुतेक गृहिणींनी बंद केली आहे व हे कुकरमुळेच साध्य झाले आहे.

भातामध्ये पातळ भात व गुरगुट्या भात हे भात पथ्यकर आहेत. भातात जरा जास्त पाणी घालून पळीने ढवळावे. तूप आणि मेतकूट घातल्यास पक्वानही फिकं पडतं. वरणभात ही गोष्ट अगदी प्राचीन वाङ्मयात आहे. भीमाने वरणभाताची प्रथा सुरू केली असा समज आहे. संस्कृतमध्ये वरणाला वरान्न म्हणजे उत्कृष्ट अन्न असं म्हणतात.

तुरीच्या डाळीचं वरण आणि ते नसल्यास उडदाच्या किंवा मुगाच्या डाळीचं वरण प्रचारात आलं. विशेष म्हणजे वरणभाताला मसाला व इतर काही लागत नाही. तूप आणि लिंबू असल्यास उत्तम, नसल्यास अडत नाही. साधारणपणे याला गरिबाचं म्हणजे डाळ-भाताचं जेवण म्हणतात. पण ते पोटभरू, समाधानकारक असतं.

भाताचा एक गुण असा की, तो शिळाही चांगला लागतो. किंबहुना पुष्कळदा शिळ्या भाताची सर ताज्या भातालाही येत नाही. बंगालमध्ये या भाताला पांताभात म्हणतात. भाताची डिखळं सोडवून तो कल्हईच्या पातेल्यात घ्यावा व भात बुडेपर्यंत थंड पाणी घालून रात्रभर झाकून ठेवावा. सकाळी त्या भाताबरोबर बंगाली लोक माशांचं जरा आंबट

कालवण खातात. तिकडचे गरीब लोक त्यात चिंचेचं पाणी घालतात. यामुळे त्यांना उष्माघाताचा त्रास होत नाही. दक्षिणेकडे मद्रासच्या बाजूला व आंध्रात शिळ्या भातात चिंचेचं पाणी, आलं, मीठ, मिरची घालून खाण्याची पद्धत आहे. पूर्वी महाराष्ट्रातसुद्धा पाण्यात घातलेला शिळा भात खाण्याची पद्धत होती. त्याला शेळडुंडी म्हणत. महानुभाव वाङ्मयात त्याला पाणीभात म्हटलेले आहे. तो चक्रधरस्वामींना फार आवडत असे. भीक मागून आणलेला भात त्यांच्या शिष्या धुऊन पाणी घालून झाकून ठेवीत. हा भात सकाळी जरासा आंबतो; परंतु त्याला वासही चांगला येतो. या भातात दही, आलं, मीठ घालायचं व बरोबर लिंबाच्या लोणच्याची फोड असली, की त्या चवीपुढं अमृतही फिकं पडतं; असं दक्षिणात्य गाणं मला मिळालं. त्याला ते पुरातन म्हणतात. हा भात प्रकृतीला चांगला असतो.

फोडणीचा भात शिळा भात कांदा फोडणीत घालून करण्याची पद्धत अद्याप टिकून आहे. मात्र माझ्या मते या शिळ्या भाताला थोडी हिंग, जिरं, हळद, मेथीची तेलाची फोडणी थंड झाल्यावर मिठाबरोबर चोपडल्यास भात स्वादिष्ट लागतो. तेलही याला कमी लागतं.

दही भात जेवणाच्या डब्यात दही-भात न्यायचा असल्यास, शिळा भात गार करून त्याला थोडा तुपाचा किंवा तेलाचा हात लावायचा आणि त्याच्यात दूध घालून विरजण लावायचे. चार-पाच तासांत तो खायला तयार होतो. सकाळी उठल्यावर तो करून ठेवा. दही बाहेर येत नसल्याने न्यायला अतिशय सुटसुटीत पडतो.

खरं म्हणजे प्रत्येक पदार्थाला वेगळी फोडणी करण्यापेक्षा अनेक पदार्थांना पुरणारी ही फोडणी डब्यात करून ठेवावी व

हवा तेव्हा तिचा वापर करावा. कढईत ठेवल्यावर ती लगेच गरम होते. म्हणजे प्रत्येक वेळी अनेक मसाल्याचे पदार्थ घेण्यासाठी वेळ जात नाही.

■■■

९

सीतेचे पोहे

तांदळाचा कुटून किंवा कांडून केलेला प्रकार म्हणजे पोहे. हा फार जुना प्रकार आहे. सुदाम्याने कृष्णाला दिलेले पोहे परंपरेने आमच्या संस्कृतीत अमर केले. पोह्यांच्या विषयी लिहावं तेवढं थोडं. पोहे कुटताना बायका ओव्या म्हणत असत. हेमचंद्रसूरी याने यासंबंधी एक श्लोक लिहिलेला आहे. 'तिकडे स्त्रिया मंजूळ गाणे म्हणून कांडताहेत, तर भिक्षू, तू तिथे जाऊ नकोस, तुझे मन विचलित होईल.'

पोहे करणं ही कृती चार बायकांनी जमून करण्याची पद्धत होती. हे कष्टाचं काम असल्यानं, मोट हाकणाऱ्याला जसं गाणं म्हणावं लागे, तसं या बायकाही गाण्याने श्रमपरिहार करीत. त्यातूनच भारतातलं जुनं लोकसंगीत निर्माण झालं. उत्तम कांडलेले पोहे घरोघरी केव्हाच लोकप्रिय झाले आहेत. मात्र पोहे कांडणाऱ्या बायकांबद्दल अत्यंत करुण कथा मला माहीत आहेत. ब्रिटिशांनी राज्याला सुरुवात करायच्या अगोदर, भारतातल्या बऱ्याच व्यापाऱ्यांकडून खंडणी वसूल केली. त्या वेळी बँकेची पद्धत नव्हती. पेढीवरच पैसे गुंतवले जात. पै-पैसा करून या कांडपिणींनी आपले पैसे या व्यापाऱ्यांच्या पेढ्यांत ठेवले होते. या बहुतेक स्त्रिया विधवा होत्या. त्या वेळी या व्यापाऱ्यांनी प्रथम त्यांच्या सर्व ठेवी कंपनीला दिल्या आणि या स्त्रिया पूर्ण निराधार झाल्या. त्या वेळच्या आर्थिक शोषणाचा हा एक नमुना. तरीपण पोहे कांडण्याची यंत्रं येईपर्यंत हिंदुस्थानभरच्या स्त्रिया पोहे कांडतच राहिल्या. अजूनही घरची शेती असलेल्या ठिकाणी पोह्याचे कांडप स्त्रियांकडून करून घेतलं जातं.

पोहे कांडण्याची कृती हिंदुस्थानात एकच आहे. भात (न कांडलेले तांदूळ) रात्री गरम पाण्यात थोडे उकडून घ्यायचे. नंतर ते टोपलीत घालून झाकून ठेवायचे आणि सकाळी जरा हरखून (वाळवून) ते कांडायचे. कांडायला बहुधा चार बायका असतात. त्या काहीतरी आवाज करत किंवा गाणं म्हणत भात कांडतात.

याविषयी एक लोककथा प्रचलित आहे. एक कवडा होता. तो सकाळी उडत असताना त्याच्या कानी 'ना तुंडम्, पंतुंडम्' हा आवाज आला. कांडण्याच्या आवाजाचं हे पहिलं नादमय टिपण महाराष्ट्रात उपलब्ध आहे. आवाजाच्या दिशेने तो गेला आणि कांडताना उखळाच्या बाहेर पडलेले पोहे त्याने खाल्ले. त्याला ते गोड लागले. त्याने घरी जाऊन, बायकोला पुष्कळ भात आणून देऊन ते कांडायला सांगितलं. परंतु कांडल्यावर काय करायचं ते दोघांनाही माहीत नव्हतं. तिने कांडलेलं ढीगभर भात तसेच त्याच्यापुढे ठेवले. त्यात तुसं असल्याने ते बेचव लागले. कवड्याला ते आवडले नाहीत. पण न बोलता त्याने ते खाल्ले. नंतर त्याने आपली बहीण सीता हिला पोहे करायला सांगितले. सीतेने सर्व माहिती गोळा करून पोहे कांडून, पाखडून त्याच्यासमोर ठेवले. बायकोचे ढीगभर पोहे आणि हिचे मूठभर. त्याने रागाने ते भिरकावले आणि बहिणीला मारून टाकलं. नंतर जमिनीवर सांडलेले काही पोहे त्याने खाल्ले, व त्याला पश्चात्ताप झाला. 'कवडा आहे पोर, पोर, पोर; सीतेचे पोहे गोड, गोड, गोड' असे म्हणत तो अजून फिरत असतो. सीता परत आली नाही. पण पोहे रुजून वर आले. त्या झाडाची फुलं पोह्यासारखी दिसतात. त्याला अजूनही सीतेचे पोहे म्हणतात.

कोकणात बोडकीचा भात असतो, त्याचे पोहे चांगले होतात. मी कोकणात पाहिले आहे की, पोहे कांडताना काही ठिकाणी त्यात आलं किंवा हळदीची पानं घालतात. त्या पोह्यांना सुरेख वास व स्वाद येतो. पोहे नुसते खाल्ले तरी गोड लागतात. म्हणूनच सुदाम्याच्या मूठभर पोह्यांवर कृष्ण फारच संतुष्ट झाला. साधे पोहे व हळद-आल्याचे पोहे

मिठाशिवायही चांगले लागतात. मीठ घातल्यावर तर काय विचारावं?

साने गुरुजींनी एक हातचे पोहे म्हणून प्रकार दिलेला आहे. साधे पोहे निवडून त्यांना वरून फोडणी द्यायची. थोडं सुकं किंवा ओलं खोबरं, मिरची व किंचित गोडा मसाला घालायचा की पोहे तयार.

पूर्वी घरी केव्हाही पाहुणा आला तरी त्याच्यापुढे मूठभर पोहे आणि गूळ ठेवण्याची प्रथा होती.

दडपे पोहे

पोह्यात मीठ, मिरची, ओलं खोबरं, लिंबू व कोथिंबीर घालायची. वाटल्यास फोडणी द्यावी. नाहीतर जिऱ्याची पूड व हिंग घातला तरी चालतं. मग हे एका भांड्यात घालून दडपून ठेवावे. हे खायला फार मऊ किंवा फार कडक नसून, चावून खाण्यासारखे असतात. पोहे जितके चावावे तितके गोड लागतात. काही ठिकाणी या पोह्यात चिंचेचा कोळ, कांदा, जिऱ्यामिऱ्याची पूड व खोबरं घालतात. यालाही फोडणी न दिल्यास चालते. कच्च्या पोह्यांना फोडणी नेहमी तेलाची करावी.

मधल्या वेळचे पोहे

हे पोहे धुऊन फोडणीला टाकून त्यात थोडी साखर, मीठ, लिंबू, घालून करतात. याचेही प्रकार आहेत. कांदे पोहे, कांदा-बटाटा पोहे, वांगी पोहे वगैरे. वांगी पोहे सहसा केले जात नाहीत. ते असे करावेत.

वांगीपोहे

पोहे धुऊन त्यातलं पाणी निथळून टाकावं व कोरडे करावे. प्रथम वांगी लांब चिरावी व मिटाच्या पाण्यात अर्धा तास ठेवावी. मग चुलीवर पातेलं ठेवून त्यात तेल घालावं. या पोह्यांना थोडं जास्त तेल लागतं. फोडणीत मेथीचे चार दाणे टाकावे व वांगी फोडणीला टाकावी. फोडणीत ओल्या किंवा सुक्या मिरच्यांचे तुकडे टाकावे. मग वांगी अर्धवट शिजली की पोहे टाकावे. पोहे

टाकल्याबरोबर लगेच मीठ, साखर, लिंबूरस टाकावा. कुणी वांगी-पोह्यात थोडा गोडा मसालाही टाकतात. हे काळपट दिसले तरी चविष्ट लागतात. याप्रमाणे टोमॅटोच्या फोडी व कांदा शिजवून केलेले पोहेही चांगले लागतात. पोहे करताना सुकं किंवा ओलं खोबरं अवश्य घालावं.

■■■

१०

पौष्टिक धनधान्य!

केवळ तांदळाचे पोहे वगैरे करण्याची कृती प्राधान्याने आपल्या देशात सुरू होती, यात शंका नाही. पण पोह्याबरोबरच तांदळाचे व विविध धान्यांचे भाजलेले प्रकारही आपल्याकडे फार प्राचीन काळापासून उपलब्ध होते. उदा. भाजलेले पोहे. अर्थात यात मागीलप्रमाणे शिजवलेले पोहे येतातच. भाजलेले पोहे किंवा 'मरमरे' करणे आणि तांदूळ रात्री भिजत घालून त्याला थोडं मीठ चोळून सकाळी रेतीत शेकून 'कुरमुरे' करणे, ही कृती आपल्याकडे रूढ होती. कुरमुरे अतिशय स्वादिष्ट असून, पचायला हलके, भूक शमविणारे आहेत. कुरमुऱ्याबरोबर खायचा दुसरा पदार्थ म्हणजे चणे. तेही हरभरे भिजवून वाळून भाजूनच करतात. शिवाय कुणाचे कितीही सोवळे असले तरी साधारणपणे चणे-कुरमुऱ्यांना क्वचितच विटाळाची भावना होते. आजसुद्धा उत्तम कुरमुरे, चणे मिळण्याच्या पेठा आहेत. महाराष्ट्रात पंढरपूरची पेठ सर्वोत्कृष्ट समजली जाते. उत्तरेतल्या लाडूप्रमाणे फुटाणे व कुरमुऱ्यांचा प्रसाद, बरोबर साखरफुटाणे असल्यास उत्कृष्ट समजला जातो. तो स्वस्त आणि पचायला हलका आहे. त्याने पोटाला बाधा होण्याचाही संभव नसतो. कोरड्या अन्नात हे अन्न उत्कृष्ट आहे हा अनुभव मी स्वतः प्रवासात घेतला आहे. काही मिळत नसलं तरी दाणे, चणे, कुरमुरे उपलब्ध असतातच. पूर्वी हे गरिबांचं खाणं समजलं जायचं. मात्र आता तांदूळ महाग झाल्याने, कुरमुरेही महाग झाले आहेत.

कुरमुरे

कुळीथ

भाजलेल्या धान्यात पूर्वी कुळीथ हे नावाजलेलं धान्य

होतं. उपनिषदातही भाजलेल्या कुळथांचा उल्लेख आहे. चाणक्य हे नाव विष्णुगुप्ताला भाजलेले कडक चणे खाताना दात पडल्यामुळे मिळालं, असा उल्लेख मला जैन वाङ्मयात आढळला.

भुईमूग

भुईमूग मात्र आपल्याकडे फार उशिरा आला. त्यामुळे आज दाण्यांचं महत्त्व या देशात जेवढं आहे तसं पूर्वी नव्हतं. नंतर मात्र रुचीमुळे भुईमुगाने सर्व धान्यांवर आपलं वर्चस्व स्थापन केलं. असं म्हणतात की, हे धान्य दक्षिण अमेरिकेतून जगभर गेलं. याबाबतीत आपण जॉर्ज वॉशिंग्टन कार्व्हर या शास्त्रज्ञाचं अखंड स्मरण ठेवलं पाहिजे. या अनाथ गरीब मुलाने, अलौकिक बुद्धिसामर्थ्याने व अपार कष्टाने भुईमूगापासून बनविलेल्या पदार्थांनी आपल्या आश्रमातल्या मुलांना सुदृढ बनवलं व त्यांना रुचीसंपन्न आहार जन्मभर दिला. भुईमुगाचं दूध ही त्याचीच निर्मिती. त्याने भुईमूग निवडण्याचं कारण असं की बायबलमध्ये 'तुझे मांस पृथ्वीच्या खाली जमिनीत आहे', असं वाक्य आहे. मांस शब्दाचा अर्थ त्याने बकऱ्याचे वगैरे न घेता, अन्न असा घेतला व जणू शाकाहाराचं व्रत घेतल्याप्रमाणे भुईमुगाचा उकडून, भाजून व अन्य प्रकारे वापर केला व आपलं सूपशास्त्र समृद्ध केलं.

चणे

त्याचं आणखी आवडतं धान्य म्हणजे चणे. अमेरिकेत त्यावेळी चणे हे घोड्यांचं खाद्य होतं. ते त्याने माणसांचं प्रतिष्ठित अन्न बनवलं आणि तो या सर्व धान्यांचा वापर असा करी की, पार्टीच्या वेळी मांसाहारी पदार्थांच्या सदृश पदार्थ तो या धान्यांतून बनवायचा. पाककुशल म्हणून अमेरिकाभर त्याचा लौकिक होता.

भारत धान्यांवर अत्यंत प्रेम करणारा कृषिसमृद्ध देश होता. त्यामुळे वरी, नागली यासारखी क्षुद्र म्हणवणारी धान्यंही या देशात मोठ्या पदवीला पोचली. भारताचं हे कृषिवैभव पूर्वीच्या जगात अत्यंत कौतुकास्पद ठरलेलं आहे. सर्व झाडं, फुलं-फळं व बीजं ही उपयुक्त असतात हा धडा भारताने उत्तम तऱ्हेने गिरवला होता. वैद्यकशास्त्रातही

वनस्पती व त्यांची बीजं यांचा प्रभाव मोठ्या प्रमाणावर आढळतो. जीवक कौमारवृत्य हा बुद्धाच्या काळी नामांकित वैद्य होता. तो एका गणिकेला राजापासून झालेला मुलगा होता. गुरूपाशी विद्या शिकल्यावर गुरूने त्याला सांगितलं की, औषधी नाही अशी कोणतीही वनस्पती मला आणून दे. तो वर्षभर सर्वत्र हिंडला व अखेर गुरूकडे हात हलवत परतला. 'औषधी नाही, अशी एकही वनस्पती मला आढळली नाही.' असं त्याने गुरूला सांगितलं, अशी बौद्ध वाङ्मयातील गोष्ट आहे.

गहू व जव

गहू व जव यांचं महत्त्व वैदिक वाङ्मयापासून या देशात मान्य होतं. जवाला सत्तू हे नाव आहे, व तो शब्द वेदकाळापासून रूढ आहे, सत्तू म्हणजे जव भाजून केलेलं पीठ. ते दुधात घालून खातात. अजूनही सातूचं पीठ आपल्याकडे आवडतं. पण आता जे सातूचे पीठ करतात ते गहू, चण्याची डाळ व जव घालून करतात. पुष्कळदा जव वगळूनही सातू करतात. उत्तर प्रदेशात सातूचं महत्त्व अजूनही आहे.

निरनिराळी धान्यं भाजून किंवा कच्ची दळून त्यांचे विविध पदार्थ बनविण्याची क्रिया आपल्याकडे आहे. टिकाऊ पदार्थांत हे विशेष दिसून येते. उदा. पर्पट किंवा पापड हा प्राचीन प्रकार असून, तो उडदाच्या डाळीचा बनवतात. त्याच्या खालोखाल मुगाची डाळ, चण्याची डाळ व नाचणीचे पापड केले जातात. नाचण्याच्या पापडाची कृती अशी.

नाचणीचे पापड

नाचण्या भिजवून सुकवून त्यांचं पीठ करायचं. मग ते चाळून त्याची उकड काढायची. उकडीत थोडं ताक किंवा दही, हिंग, लाल तिखट टाकावं. मग ते लाटायचे. हे पापड तेलावर आकाराने लहान लाटायचे. हे पापड भाजून किंवा तळून चांगले लागतात.

धान्यांच्या लाह्या हाही या देशातील एक महत्त्वाचा आहार आहे. लग्नातला लज्जाहोम हा या लाह्याचाच होम. तांदळाच्या

लाह्या, त्याशिवाय जोंधळ्याच्या लाह्याही आपल्याकडे लोकप्रिय आहेत. त्यांचं पीठ उत्तम होतं. हे पीठ पंढरपूरच्या विठोबाला आवडत असे, अशी आख्यायिका आहे. म्हणून त्याला 'ताकपिठ्या विठोबा' म्हणतात. भाताच्या लाह्या पाण्यात घालून प्याल्यास उन्हाळ्यातील कंठशोष कमी होतो. लाह्यांचे लाडूही उत्तम होतात. त्याचप्रमाणे भाजलेल्या तिळांच्या लाडवांची चव सर्वच आवडीने घेतात.

■■■

११

साटोऱ्या नि कचोऱ्या

आयत्या वेळी पैपाहुणे आले, तर काय कराचयं असा प्रश्न गृहिणीला नेहमी पडतो. नुसती पोळी किंवा भाकरी वाढणं काही तिला पसंत पडण्यासारखं नसतं. अशा वेळेला अतिशय थोड्या वेळात, थोड्या श्रमात अन् खर्चातही होणारे काही गोडाचे व तिखटाचे पदार्थ सांगते.

हे पदार्थ पोळी आणि पोळीच्या सदरात मोडू शकतात; व ते गोड व तिखट अशा दोन्ही प्रकारे करता येतात. खाण्यास अतिशय स्वादिष्ट असे हे पदार्थ शिळे झाले, तरी त्यांची खुमारी कायम राहते. संक्रांतीच्या या कालावधीत प्रथम गोडाने सुरुवात करते.

साटोरी

बारीक रवा घ्यावा. रव्याबद्दल माझी सामान्य सूचना अशी, की रवा लवकर खराब होतो; म्हणून बाजारातून आणल्यावर तो कोरडाच परतून ठेवावा; म्हणजे तो खराब होत नाही. तर भाजलेला एक वाटी रवा किंचित तूप घालून थोडा परतून घ्यावा. नंतर त्यात अर्धी वाटी पिठीसाखर किंवा दळलेली साखर घालावी, आणि वरून थोडंसं दूध शिंपडून तो झाकून ठेवावा. दूध व साखरेमुळे थोड्या वेळाने मुटके वळण्याइतका रवा मऊसर होतो, पण त्याचा लगदा होत नाही. चवीला चिमूटभर मीठ टाकावे. रव्याचा भाजका वास चांगला येतो. वेलची किंवा लवंग घालायची सवय लागली की पदार्थाचा मूळ स्वाद विसरायलाच होतो, असा माझा अनुभव आहे.

एवढं झालं की पोळीसाठी नेहमी भिजवतो तशीच कणिक घ्यावी. रव्याचे साधारणपणे तिळाच्या लाडवाएवढे गोळे करावेत. कणकेचे त्यापेक्षा जरा लहान वळावेत. मग रव्याची थापटी हातावर करून घ्यावी. कणकेच्या थापट्याही किंचित लहान कराव्यात. रव्याची थापटी कणकेच्या दोन्ही थापट्यांत घालून कणिक हाताने चहुबाजूंनी चांगली दाबावी, म्हणजे कणकेच्या कडा मिळून येतात. अशा सगळ्या थापट्या वळाव्यात. मग लाटणं घेऊन साधारण फुलक्याच्या आकाराच्या लाटाव्या. लाटताना कोरडं पीठ किंचित भुरभुरावं. मग तव्यावर या सर्व पोळ्या दोन्ही बाजूंनी भाजून घ्याव्यात. भाजून झाल्यावर मग साधारण अर्धा चमचा तूप घालून प्रत्येक साटोरी किंचित परतून घ्यावी. या साटोऱ्या बिस्किटांसारख्या खुसखुशीत लागतात. गरम, थंड कशाही त्या खाव्यात.

साटोऱ्यांचे वेगळे प्रकार

साटोऱ्या विविध प्रकारे करता येतात. विशिष्ट प्रसंगी करायच्या असल्यास वेलदोड्याची किंवा जायफळाची पूड घालतात. ओलं खोबरं आणि गूळ (साखर हवी असल्यास गुळाच्या निम्मी घ्यावी.) एकत्र करून वरील प्रमाणेच साटोरी करावीत. सुकं खोबरं असल्यास निम्मं खोबरं, निम्मे तीळ भाजून, कुटून एकत्र करून त्यात गूळ घालून एकजीव करावं, मग वरीलप्रमाणेच करावं.

अशाच गोडाच्या साटोऱ्या हरभरे भिजवून ते वाटून त्याचं गुळाचं किंवा साखरेचं पुरण करून कणकेच्या लाटी करून साटोरी करावीत. मुगाची डाळ किंवा चवळीही वापरता येईल.

कचोरी म्हणजे साटोऱ्याची तिखट-मिठाची आवृत्ती. हिच्यातही विविध प्रकार आहेत. एक असा.

कचोरी

ओले वाटाणे, हरभरे, भिजलेली कडधान्ये व डाळी बारीक वाटून त्याच्यात ओली मिरची, थोडी जिऱ्याची पूड घालून थोड्या तेलावर फोडणी करून हे सारण परतून घ्यावे. परतताना त्यात मीठ टाकावं. वाटल्यास किंचित साखर टाकावी. फोडणीत हिंग, मोहरी; वाटल्यास थोडा कांदा किंवा लसूण टाकावा. हे सारण कणकेच्या पारीत भरून वरीलप्रमाणे जाडसर लहान पोळी करावी व वर सांगितल्याप्रमाणेच शेकून काढावी. कचोरीत नेहमीच्या सुक्या भाज्याही भरता येतात.

खानदेशात रव्याच्या साटोऱ्यांना सांजोऱ्या म्हणायचा प्रघात आहे. वास्तविक सांजोऱ्या म्हणजे सांज्याची पोळी. ती मी इथे देत नाही. या सांजोऱ्यांत बारीक रवा जास्त तुपात भाजावा लागतो. यात चारोळ्या, जायफळ-वेलची पूड घालतात. कुणी गूळ तर कुणी साखर घालून करतात. परंतु या सांजोऱ्या तुपात किंवा तेलात तळून काढतात. यात एक वैशिष्ट्य असे की पुष्कळ लोकांमध्ये पाहुणा आला, की सांजोऱ्या करत नाही; कारण त्या तेराव्याला करण्याचा प्रघात आहे.

तिखटाच्या कचोऱ्या कणकेत बेसनाचं पीठ घालून त्याच्या पारी केल्यासही खमंग लागतात. कृती मात्र वरीलप्रमाणेच. या कचोऱ्या गाजराचा कीस त्यात थोडा दाण्याचा कूट, मीठ, जिरेपूड घातल्यास चांगल्या लागतात.

गाजर अतिशय आरोग्यकारक आहे. चवीलाही चांगला लागतो. इथे कचोऱ्यांच्या संदर्भात त्याची आठवण मुद्दाम झाली. गाजराचा कीस करून त्यात साबुदाणा खिचडीला घालतो, तसा दाण्याचा कूट घालून परतावा. आधी कीस मग कूट घालावा. हा कीस अतिशय स्वादिष्ट लागतो. दाण्याच्या कुटाऐवजी हरभऱ्याची, मुगाची डाळ वाटून घातली, तरी तो चांगला लागतो. हाच कीस थोडासा शिजवून नंतर त्याची कचोरी केल्यास ती फार स्वादिष्ट लागते.

■■■

१२

उकडीचे पदार्थ

उकडीला कुठलेतरी पीठ, पाणी, पातेलं आणि ढवळायला पळी किंवा कालथा असल्यास पुरतं. बनारसच्या अन्नपूर्णेचं चित्र तुम्ही पाहिलं असेल, तिच्या मांडीवर जे भांडं आहे ते आपल्या फुगीर लंगडीसारखं आहे आणि त्यात तिचा स्वयंपाक व्हायचा. तिला 'स्थाली' असं जुनं नाव आहे. ही स्थाली पूर्वी बहुधा तांब्याची, पितळेची किंवा लोखंडाची असे. मातीची थाळीसुद्धा या कामाकरता उपयुक्त असे. दगडाची थाळी—दगडी—हीसुद्धा आपल्याकडे गेल्या शतकापर्यंत प्रचारात होती. मात्र पूर्वी पळ्या बहुधा लाकडाच्या असत. त्या अजूनही या देशात कुठेकुठे टिकून आहेत हे या देशाचं भाग्य आहे. गरम पदार्थ ढवळताना हाताला चटका न बसू देणारं हे उपकरण आहे. लोखंडाची पळी, झारा, कालथा वगैरे उपकरणे बहामनी राज्यानंतर महाराष्ट्रात वापरात आली. स्वतः राजा वनवासी लोकांना कामाला लावून, लोखंड जमिनीतून काढून, रानातल्या लोहाराकडून तवा, कढई व वर उल्लेखिलेली उपकरणे करून घेई. प्रथम त्यांच्यावर बहिष्कार होता. पण हळूहळू ती प्रचारात आली. कढई आता लोखंडाशिवाय वापरत नाहीत. परंतु अद्यापही तांब्याची/पितळेची कढई बघायला मिळते. कासं ठिसूळ असलं तरी देखणं आहे. काचेप्रमाणे काशाचं भाडं जपावं लागतं. यात कुठलाही पदार्थ कल्कत नाही. दहीही लावता येतं. केरळात या भांड्यांचा वापर बराच होता. उत्तरेत ही भांडी अजूनही वापरात येतात. मात्र काशाची भांडी तांब्यापेक्षा महाग आहेत. ती फुटण्याची भीती असल्याने ती

हल्ली नाहीशी झाली आहेत. काशाची भांडी पूर्वी चांदीसारखी समजली जायची. नैवेद्य सोने, चांदी, कासं व तांब्याच्या भांड्यात ठेवण्याचा प्रघात होता व अजून आहे. स्वयंपाक करताना धान्यांच्या, भांड्यांच्या आकारांची व त्यांच्या उपयुक्ततेची माहिती रांधणारणीला असणं आवश्यक आहे. प्राचीन वाङ्मयात जागोजागी स्वयंपाकाचा विषय येतो. आध्यात्मिक ग्रंथात तर आवर्जून येतो. द्रौपदीची थाळी म्हणूनच प्रसिद्ध झाली.

मी थाळीचं उदाहरण दिलं. कारण ही उकडीला अत्यंत योग्य असते, कशी ती पाहा. आपल्या आधुनिक परिभाषेत पातेलं हे थाळीचंच दुसरं स्वरूप आणि नाव आहे.

भात हा उकडून केलेला सर्वात जुना व सर्वात ज्ञात प्रकार आहे. शितावरून भाताची परीक्षाही मला वाटतं ही या देशातली सर्वात जुनी म्हण असावी. भात हा सर्वात लवकर शिजणारा पदार्थ आहे व भुकेची तृप्ती करणारा आहे.

आता प्रथम उकड बघू. उकड म्हणजे पीठ पाण्यात घालून उकडलेला किंवा वाफवलेला पदार्थ. तांदळाची उकड सर्वात लोकप्रिय आहे. मोदकांसाठी आपल्याला उकड ठाऊक आहे. अजून ती घरोघर त्या स्वरूपात टिकून आहे.

मोदकाची उकड पिठाएवढंच पाणी प्रथम पातेल्यात तापवावं व उकळल्यावर मंद जाळावर त्यात पीठ गोळा न होईल अशा तऱ्हेने हालवत टाकावं व त्यावर झाकण ठेवावं. या उकडीत थोडा मिठाचा दाणा व थोडे तेल किंवा तूप घालतात. तेलउकड तुडतुडीत होते व तुपाची मऊसर होते. कायस्थांच्या मोदकास ही तुडतुडीत उकड वापरलेली आढळते. म्हणून त्याच्या मोदकांना कंगोरे अधिक चांगले येतात. तूप घातलेले मोदक बैठे, वाटोळ्या कंगोऱ्याचे, गुबगुबीत दिसतात.. हे अतिशय सुरेख दिसतात. तांदळाची उकड धुतलेल्या तांदळाच्या पिठीची केल्याने शुभ्र व नाजूक कुठल्याही रंगाचा नखरा फिका

पडावा अशी लोभनीय दिसते.

मुंबईच्या ब्राह्मण सभेत नवरात्रात उकडीची देवी बनवतात, ती पाहण्यालायक असते.

मोदक चांगला म्हणजे २१ पाकळ्यांचा समजला जातो. परंतु तो मोठा होतो. आतलं सारण गूळ व ओल्या नारळाचं मऊसर व खुबीने शिजवलेलं असतं.

मोदक

मोदक करण्याची सामान्य कला म्हणजे पिठाचा एक गोळा (लिंबाएवढा) घेऊन तेल हाताला लावून, त्याची वाटी करावी ती सपाट न करता वाटीसारखी करावी. तिचे काठ चिरता कामा नयेत. मग चमच्याने सारण भरून डाव्या हातावर पाटी ठेवून तिला जमतील तेवढ्या मुरडी घालाव्या. सात तरी असाव्या. मग अंगठा व पहिल्या बोटामधील जागेने सर्व कंगोरे एकत्र करून वर न्यावे व टोक करावे. कंगाऱ्यांना धक्का पोचत नाही. त्याला चक्राकार आकार आल्यास किंवा कंगोरे उभट असल्यास मोदक चांगला दिसतो. हाताच्या या भागाचा उपयोग फक्त मोदकात होतो व डावा हात फारसा वापरत नसल्याने तो स्थिर राहतो.

मोदकाच्या सारणात वेलदोड्याची पूड आवश्यक असते.

आमच्याकडे स्वयंपाकाला एक बाई होत्या. त्यांची आई लहानपणी वारली तेव्हापासून त्या एक आश्रित म्हणून भाजेकर इस्पितळातच वाढल्या. त्या अस्थिर बुद्धीच्या असल्याने पुढे नवऱ्याने त्या देखण्या असतानाही त्यांना टाकले. तेव्हा त्या माझ्या आत्याच्या घरी नोकरीला राहिल्या. या काशीबाईंचे सारे काम दिव्य असे. उत्तराला प्रत्युत्तर ठरलेलं. परंतु त्या मोदक अतिशय सुरेख करायच्या. मी मोदक त्यांच्याकडूनच शिकले. पीठ दळण्यापासून सारे त्या करायच्या. बारीक पीठी करण्याचं कसब त्यांच्याकडे

होतं. त्यांच्यामुळे घरात नेहमी मोदक होऊ लागले. काशीबाईंनी मला मोदकाची आणखी एक गंमत सांगितली. एकावर एक तीन मोदक कसे करायचे ते त्यांनी मला शिकवलं. एक बरीच मोठी पारी करायची. पहिल्यांदा सर्वात खालच्या मोदकाचे कंगोरे काढायचे, सारण भरून तो मिटवताना बरचसं पीठ वर येतं. त्या पिठाचा पहिल्यापेक्षा लहान मोदक करायचा. व उरलेल्या पिठाचा तसाच वर तिसरा मोदक करायचा. असे चार मोदक केले की गणपतीच्या मखराच्या चार बाजूला ठेवून मोदकांच्या चार उतरंडी ठेवायच्या. हे कसब मी पहिल्यांदा त्यांच्याकडे पाहिलं. आणि माझ्या कुवतीप्रमाणे हस्तगतही केलं. प्रत्येक व्यक्तीला, बाई किंवा बुवा, स्वयंपाकातले काही ना काही अजब कौशल्य प्राप्त असते अशी माझी समजून तेव्हापासून झाली आहे. हा झाला गणपतीच्या मोदकाचा थाट.

तांदळाची उकड

रोजच्या उकडीकडे आपण आता जाऊ. नेहमी करण्यातली उकड तांदळाच्या पिठीचीच असते. ती नेहमीच्या वापरातलीच पिठी असत. प्रथम पातेलीत बेताचे तेल किंवा तूप. मिरच्या, हळद, मोहरी, जिरं, हिंग घालून फोडणी करावी. त्यात पिठापेक्षा थोडं जास्ती पाणी घालून उकळल्यावर पिठी घालावी. पिठात थोडं मीठ घालावं (पाण्यात अर्ध ताक घालावं व ते फार आंबट नसावं). मंद जाळावर वाफ आल्यावर ढवळावी. नीट शिजल्यावर खाता येते. उकडीत हवं तेवढं पाणी घालावं. कुणी तिच्यावर कच्चं तेल, खोबरं घालतात.

ही उकड पोटभरीचं खाणं आहे व तृप्तीदायक आहे. अशीच उकड बाजरीच्या, जोंधळ्याच्या व मक्याच्या पिठाची होते.

उकडपिंडी

उकडपिंडी म्हणून एक जुना प्रकार आहे. तो असा : गव्हाचं पीठ फोडणीला टाकायचं. थोडं परतायचं. मग

त्यात गरम पाणी, मीठ, तिखट, ताक किंवा चिंचेचं पाणी घालून मंद जाळावर झाकण ठेवून शिजवावं. हवा असल्यास कांदा घालावा, कुणी मेथीचा थोडा पाला, कोथिंबीर घालतात. उकडपिंडीवर सुकं खोबरं किसून घातल्यास ती छान लागते.

कलकत्त्याला मी तांदळाच्या पिठाचे चिंचेच्या पाण्यात मीठ घालून उकडलेले गोळे रस्त्यात विकताना पाहिलं. हे उन्हातून अनवाणी रिक्षा ओढणाऱ्यांचं एक आवश्यक खाणं आहे. त्याने उष्माघात होत नाही.

■■■

१३

थोडंसं वेगळं

भारतीय स्वयपाकाला फोडणी आवश्यक असते. फोडणीला तेल, मोहरी हे सर्वात आवश्यक. त्यानंतर जिरं, हिंग, मेथी वगैरे लागतात. पुराणात हिंगाचा उल्लेख आढळतो. हिंगुळजादेवी किंवा हिंग्लाज ही काबूलमध्ये आहे. अफगाणिस्तान हिंगाचं माहेरघर समजायला हरकत नाही. हिंगाच्या झाडाचा चीक म्हणजे आपण वापरतो तो हिंग. त्याची पानं घालून त्या भागात कढी किंवा मांसाचे रसदार पदार्थ करतात. परंतु पुराणात अशी कथा आहे की, या हिंगुळजादेवीने एका राक्षसाचा वध केला, व त्या राक्षसाच्या हाडाचा पुढे हिंग झाला. (पांढऱ्या रंगाचा हिंग हाडसदृश असतो. काळ्या हिंगांत थोडी मिसळ असते.) परंतु ही गोष्ट वाचून हिंगाला नाक मुरडण्याचं कारण नाही. भारतीयांना तो प्रिय आहे व राहीलच. युरोपातील लोक त्याला 'डेव्हिल्स डंग' म्हणतात, त्याच्यापेक्षा आपली हाडांची कल्पना बरी वाटते. ही कथा प्रविष्ट होण्यापूर्वी भारतात हिंग नसावा. ज्याला आपण आपले पदार्थ म्हणतो ते खरेतर परदेशातून आलेले आहेत, ही वस्तुस्थिती आहे. मोहरी मात्र भारताचं वैशिष्ट्य आहे, तशीच मेथी, जिरं, धणे, हळद आपली.

बिनतेलाची फोडणी

हिला खापराची किंवा ठिकरीची फोडणी म्हणतात. ती अद्याप काही ठिकाणी, काही जातीत केली जाते. खापराच्या तुकड्यात मोहरी, मेथी, जिरं, हळद, हिंग टाकून तडतडलं की खापरच कढीत टाकायचं. म्हणजे खऱ्या भाजक्या वासाची खुमारी कळते

मला एका डॉक्टरीणबाईंनी सांगितलं की, त्या अशीच फोडणी करतात, मात्र भांड्यात.

मी पंजाबी लोककथा वाचली होती. तिच्यात खिचडीचं वर्णन होतं. गरीब कुटुंबातील त्या बाईने तेल नसल्याने पातेल्यात हळद टाकून मागून तांदूळ-डाळ टाकली. त्या हळदीच्या स्वादामुळे खिचडी खाण्यासाठी एक अस्वल टपून बसलं.

माणसाला पाकशास्त्र शिकवणारे दोन तज्ज्ञ आहेत. अस्वल आणि माकड. आंध्रात व दक्षिण कर्नाटकात अस्वलं मोठ्या प्रमाणावर आहेत. ते शाकाहारीच असतं. त्याचे डोळे मंद, पण नाक अतिशय तीक्ष्ण असतं. वास हुडकून काढण्याची त्याची कला अद्वितीय आहे. वसंतात झाडांना फुलं धरली की अस्वलं त्यांच्या मागावर असतात. सर्व तऱ्हेची सुवासिक फुलं ती गोळा करतात. मधाची पोळी आणून, फुलं व मधाची पोळी एकत्र करून ती पायाने व काठीने एकत्र कुटतात. या पदार्थाला शिकारी 'अस्वलांचं पंचामृत' म्हणतात. ते फार पौष्टिक आणि औषधी असतं, अशी समजूत आहे. त्यामुळे माणसांनाही ते फार आवडतं. त्यासाठी मोठ्या प्रमाणावर अस्वलाची शिकार केली जाते. माणसाला मोहून टाकील, असा अस्वलाने शिकवलेला हा पदार्थ मीही एकदा करून पाहिला. बरीच वासाची फुलं व खूपसा मध घालून ते मी केलं. पण काहीजण कृत्रिम चवींना इतके सवकलेले असतात की, तो इतरांनी खाल्ला नाही. मी मात्र तो आनंदाने खाल्ला.

केवड्याच्या कणसाची भाजी

दुसरा एक सुगंधी पदार्थ म्हणजे केवड्याच्या कणसाच्या आतल्या भागाची भाजी. ते अगदी ताजं असावं लागतं. पांढरशुभ्र दिसलं पाहिजे. शिळं असलं तर आतल्या भागात किडे असतात. म्हणून हे सांगणं आवश्यक. कणसाच्या गराचे इंचाचे तुकडे केले. त्याच्यावरची पांढरी पूड जावी म्हणून बराच वेळ पाण्यात ठेवून उग्र वास कमी केला. थोड्या तेलावर थोडंसं जिरं

टाकून कणसाचे तुकडे व मुगाची डाळ शिजत लावली. कणसं मऊ शिजत नाहीत, चावून खावी लागतात. ओली मिरची, मीठ घालून भाजी केली. चवीला चांगली लागली.

अर्थात हा प्रयोग मुंबईत कठीणच. फक्त केवड्यांचं अत्तर काही पदार्थांत अद्याप वापरतात. गोड पदार्थांत विशेष.

केवड्याचा कात आम्ही केवड्याचा कणसाचा आतला भाग काढून, प्रत्येक पानात थोडी काताची पूड घालायचो. प्रत्येक पानाचा जुडगा करून, कागदात घालून कपड्याच्या कपाटात ठेवायचो. केवड्याच्या पानाच्या ओलाव्यामुळे काताची पूड घट्ट होते व केवड्याचा वास कात शोषून घेतो. मग तो कात पुन्हा खलबत्त्यात बारीक करून, तूप किंवा तेलाचा हात लावून, किंचित पाणी घालून, मळायचा. मोहरीएवढ्या गोळ्या करून उन्हात वाळवायच्या. त्या खोकल्यावरही गुणकारी असत.

आमच्या घरातला विडा या काताशिवाय व्हायचाच नाही. त्याशिवाय विडा म्हणजे विडाच नव्हे. आता या काताऐवजी विडे विकणारे गुलाबी अर्क घालतात. मात्र केवडा तो केवडा! आता ज्या पक्वान्नात गुलाबाचा 'इसेन्स' वापरतात, त्यात पूर्वी केवड्याचाच वापर करीत. तर पाणी सुवासिक करायला जाईची फुलं, वाळा, केवडा वापरत.

आता माकडाचं कर्तृत्व सांगते. माकडाने मानवजातीला एक अपूर्व पदार्थ दिला आहे. बाळंतिणीचा डिंकाचा लाडू! माझी आत्या अकोल्यास राहायची. तिच्याकडे एक स्वैपाकीण होती. तिचा नवरा जंगलखात्यात होता. तेव्हा ती पण त्याच्याबरोबर जंगलात जायची. आम्ही जंगलात होतो. तेव्हा पाहिलं की नर माकड मादी बाळंत झाली की, जंगलात जाऊन डिंक व मध गोळा करून, त्याचे ओबडधोबड लाडू

करून तिला खाऊ घालतो, असं तिनं सांगितलं. मी असंही वाचलं की उत्तर प्रदेशात गंगा-यमुनेच्या काठच्या जंगलातील माकडं चारोळ्या गोळा करून, त्या डिंकात घालून, मधात घोळून लाडू करतात. अर्थात ते लाडू त्यांच्या घरच्या बाळंतिणीकरता असतात. इथेही शिकारी ते लाडू हस्तगत करून त्यावर चैन करतात. या लाडवातल्या चारोळ्या सालासकटच असतात. कारण वरचं टरफल पचवण्याची माकडात ताकद असते. जी माणसात नसते.

माकड हा माणसाचा पूर्वज असल्याचं सर्वज्ञात आहे. मात्र अस्वलही माणसाचा पूर्वज असल्याचं अनेक शास्त्रज्ञांचं मत आहे. मी 'अस्वल' हे पुस्तक लिहिलं असून, त्यात त्याची सगळी वैशिष्ट्यं आहेत. भारतीय संस्कृतीत माकड व अस्वल यांची एकत्र सांगड घातलेली आढळते. उदा. रामायणातील हनुमंत व जांबुवंत.

एका मधमाशीने फुलांचा उपयोग करून मध दिला. इतर दोन प्राण्यांनी या मधाचा उपयोग करून दोन पदार्थ दिले. यापासून बोध घेऊन, आपलं कसब वापरून, नैसर्गिक स्वरूपातील पदार्थ वापरून पाककौशल्य दाखविल्यास उत्तम.

■■■

उसळी

उसळ म्हणजे कडधान्यात बेताचं पाणी घालून मीठ, फोडणी घालून उकडलेला पदार्थ. ही कडदणं—त्यात वाल हे प्रमुख. कडदणं याचाच अर्थ भात किंवा पिकांच्या बाजूला येणारी धान्यं. या सर्व कडधान्यांत वालाची उसळ ही सर्वात स्वादिष्ट आणि नजाकतदार उसळ समजली जाते. कोकणात वालांचे महत्त्व—विशेषतः कडव्या वालांचं. त्याखालोखाल वर्ण्या वालांचं. ते फार कडू नसतात. उसळी करताना महाराष्ट्रात धान्यांना मोड आणून उसळ करण्याची पद्धत आहे. वालासारखी धान्ये सोलून, तर हरभरा, मूग, उडीद यांच्या उसळी सालासकट करतात. याशिवाय चारोळी वाल, पावटे यांच्याही उसळी करतात.

धान्ये भिजत घालून मोड काढून किंवा भाजून उसळ करतात.

वालांच्या आठ-दहा जाती आहेत. त्यांच्या वेगवेगळ्या प्रकारे उसळी करता येतात. सर्वात स्वादिष्ट कडवे वाल. कोकणात कडव्या वालांची उसळ करण्याचे अनेक प्रकार आहेत.

वाल रात्री भिजत घालायचे. वाल बुडेपर्यंत पाणी घालायचे. सकाळी वाल भिजले म्हणजे पातळ कपड्यात पुरचुंडी बांधून ठेवायचे. रात्रीपर्यंत त्याला चांगले मोड येतात. रात्री मोड आलेले वाल पाण्यात टाकायचे त्यामुळे सकाळी वाल सोलायला सोपे जातात. सोललेल्या वालांना बिरडं म्हणतात. ताटात थोडे थोडे वाल काढून ते सोलायचे. वाल सोलायला कौशल्य लागते. दोन्ही हातांनी वाल निवडण्याचे

कौशल्य कोकणातील स्त्रियांकडे असते. यात कायस्थ स्त्रिया निपुण असतात. आमच्याकडे स्वयंपाकाला असलेल्या कायस्थ बाई अर्धं ताट भरून असोले वाल घ्यायच्या व मांडी घालून वाल सोलायच्या. त्यावेळी त्यांच्या बोटांच्या हालचालीत जणू ताल असे; त्यांच्या चेहऱ्यावरचे प्रसन्न भाव दाखवायला तर धुरंधरांसारखा चित्रकारच हवा. त्यांचे पाहून मीही दोन्ही हातांनी वाल सोलायला शिकले पण त्यांचा तो ताल व डौल मात्र जमला नाही.

कायस्थांचे बिरडे प्रसिद्ध आहे. पण तेवढा मसाला वगैरे घातलेला प्रकार या सदरात बसत नाही. त्यातच मी कायस्थ नसल्याने त्यांच्यासारखे जमणार कसे? त्यामुळे नेहमीच्या उसळीचीच कृती देते.

मोड काढलेल्या वालांची उसळ

बेताचे तेल घालून हिंग, जिरे, मोहरी, चार मेथीचे दाणे टाकून, हळद घालून फोडणी करावी. असली तर कढिलिंबाची चार पानं टाकावी. त्यात बिरड्या टाकून पाच मिनिटं परतून घ्याव्या. परतण्यात काही स्त्रिया इतक्या कुशल असतात की त्या एकही बिरडी मोडू देत नाहीत. अर्धवट शिजल्यावर मीठ, गूळ, थोडं तांबडं तिखट आणि वाटल्यास थोडा मिरचीचा ठेचा. उसळीला थोडा अंगरस हवाच. उसळ चांगली शिजल्यावर थोडं ओलं खोबरं किसून किंवा सुकं खोबरं किसून जरा परतून चुरून टाकल्यास खमंगपणा वाढतो. कोथिंबीर असल्यास घालावी, नसल्यास अडत नाही.

भाजून केलेली उसळ

सालासकट धान्य भाजून घेताना बेताचं भाजावं, जास्त भाजल्यास शिजत नाही. बेताचं भाजल्यावर ते शिजत लावावं. अर्धवट शिजल्यावर त्यात मीठ, गूळ इत्यादी वर सांगितलेले पदार्थ, वाटल्यास आमटीचा मसाला किंवा धने-जिऱ्याची पूड टाकावी. भाजलेली वालाची उसळ, सोलीव बिरडं खाण्याची सवय

असलेल्यांना आवडत नाही. पण सालासकट उसळ केल्यास सालाचाही स्वाद येतो आणि सालीतील आरोग्याला पोषक असलेल्या द्रव्यांची उपेक्षाही होत नाही.

सालासकट उसळ मोड न आलेल्या भिजलेल्या वालांचीही करता येते. गुजराथी लोकांत ती करतात. आपल्याकडे ती कोकणाशिवाय इतरत्र फारशी माहीत नाही. ही उसळही चांगली होते.

वालाचे मिठाणे

भिजलेल्या पण साल न काढलेल्या वालांचा एक प्रकार माझी आई करायची तो आठवतो. त्याला मिठाणे म्हणतात. भिजलेले वाल फोडणीत टाकायचे. याला फोडणी जरा जास्त लागते. दोन मिनिटे ते परतले की मीठ घालायचे व पुन्हा चांगले परतायचे. जवळजवळ कडकडीत होईपर्यंत. मग त्याच्यावर गूळ आणि तांबडं तिखट घालायचं. हे खायला दात चांगले हवेत. हरबऱ्याचाही असा प्रकार बनवता येतो.

मटकीची उसळ मोड आणून करण्याचा प्रघात जास्त आहे. भाजूनसुद्धा काहीजण करतात. उसळीत घालण्याचे पदार्थ वरप्रमाणेच. मसाला घालायचा की नाही हे गृहिणी ठरविते. मुगाची उसळ करतानाही साले काढू नयेत. सोलीव मूग सुरेख दिसले तरी त्यातील सत्त्व जाते शिवाय साले काढायची तर बराच वेळ पाण्यात ठेवावे लागतात व दोन भांड्यात पाणी वर खाली करून साले काढावी लागतात. त्यापेक्षा सालासकट केलेली उसळ चविष्ट होते. सालातील किंचित कडवटपणाने चव वाढते.

कुळीथ-हुलगे हे फार महत्त्वाचे पण हल्ली लोकांच्या समोर नसलेले धान्य आहे. उपनिषदात भाजलेल्या कुळिथांचा उल्लेख आहे. हे आपल्याकडचे जुने धान्य. वास

न आवडल्याने काही वेळा केले जात नाही पण उसळ फार सुरेख होते. मोड आणून करा वा नुसतीच. चांगलीच होते. कुळथाचा दुसरा एक पदार्थ अगदी झटपट होणारा म्हणजे कुळथाचं पिठलं. कुळीथ भाजून त्याचे पीठ करायचे असते. कुळथाचं पिठलं पातळच करतात. त्यात चवीला थोडं आमसूल टाकतात. यात गुळबीळ नाही. खोबरेही लागत नाही. कुळथाचा स्वादच पुरेसा असतो. कुळथाचे पिठले आणि भात ही एक मेजवानीच असते. कुळथाची उसळ करताना कट काढून त्याचे आमसूल घालून सारही उत्तम होते. कुळथाला फक्त फोडणीचीच चवीसाठी जरुरी असते.

आता मी दोन उसळी सांगते. बाजरी आणि जोंधळा यांच्या. ही दोन्ही धान्ये निदान वीस तास तरी भिजवावी लागतात. नंतर दहा-बारा तास बांधून ठेवल्यावर त्यांना मोड येतात. मोड आलेली बाजरी अतिशय सुंदर दिसते.

बाजरीची उसळ

बाजरीची उसळ करताना मसाला घालू नये. जास्तीत जास्त धने-जिऱ्याची पूड घालावी. मुख्य म्हणजे तिला शिजायला मटकीप्रमाणेच फार वेळ लागत नाही. या उसळीला गूळ आवश्यक आहे. वर थोडं ओलं खोबरं आणि कोथिंबीर असली की उसळ चांगली दिसते. बाजरीचा प्रत्येक दाणा छान दिसतो. या उसळीबरोबर वाटीभर ताक वा दही घेतल्यास पूर्ण जेवणाचं समाधान मिळतं. याप्रमाणे जोंधळ्याची उसळ केल्यास मोत्यांची उसळच दिसते.

पूर्वी भाजी मिळत नसे त्यावेळी बायका अशा कडधान्यांच्या उसळी करीत असत. आता प्रेशर कुकर असल्यामुळे शिजायचाही प्रश्न नाही.

■■■

१५

फुलके आणि खाकरा

भाताच्या नंतर पोटभरू खाण्याचा दुसरा प्रकार म्हणजे पोळी. रोजची पोळीसुद्धा विविध प्रकारे करता येते. उदा. फुलका किंवा पुलका. पोळीला किंवा फुलक्याला कणीक भिजवताना त्याल थोडं तेल लागतं. पूर्वी गिरणीचं पीठही जाडसर असल्याने चाळायची प्रथा होती. हल्ली गिरण्यात बारीक पीठ मिळाल्याने ते चाळायची गरजही नाही. त्यामुळे गृहिणींचा पीठ चाळायचा एक कार्यक्रम वाचतो. शिवाय ते पौष्टिकही असतं. पीठ स्वयंपाकाला सुरुवात करण्याआधी भिजवून ठेवावं. म्हणजे पोळी मऊ होते. कोणी यात मीठही घालतात. मात्र ज्या—त्या पदार्थात मीठ घातलेलं मला आवडत नाही. मिठाशिवाय पोळी गोड लागते व गव्हाचा खरा आस्वाद कळतो. तीच गोष्ट भाकरी आदी पिठांची आहे. कणीक चांगली तिंबून घ्यावी व तिचे जेवढ्या पोळ्या करायच्या तेवढे लहान/मोठे गोळे करून पातेल्यात झाकून ठेवावे. मग एकेक गोळी घेऊन लाटायला सुरुवात करावी. पोळपाट बहुधा लाकडाचा असतो. हल्ली कोणी स्टीलचाही वापरतात. सर्वोत्कृष्ट पोळपाट लाकडाचाच. रोज पोळी लाटल्याने हा पोळपाट थोडं तेल शोषून घेतो. त्यामुळे तो गुळगुळीत व टणक होतो. लाटणं माझ्या मते जाड आणि वजनदार असलेलं चांगलं. शिसवीचं असल्यास उत्तम. मात्र ते दुर्मिळच. आमच्याकडे पूर्वी पुरणपोळ्या शिसवीच्या पोळपाटाशिवाय होत नसत. पोळीकरता पोळपाट फार मोठा/छोटा नसावा. प्रथम थोड्या तांदळाच्या पिठीत लहान गोळी बुडवून मोठ्या पुरीएवढी लाटावी. नंतर ती लाटणे

हलके फिरवून दोन्ही बाजूला परतून पातळ लाटावी. लाटणारी सराईत असल्यास पोळी / फुलका लाटतानाच गरगर फिरतो व त्यास गोल आकार येतो. हा फुलका वरची बाजू तव्यावर पडेल असा टाकावा व जरासा शेकल्यावर लगेच उलटावा. दुसरी बाजू जास्त शेकावी. नंतर तवा उतरून फुलका प्रथम कमी शेकलेली बाजू जाळावर टाकून भाजावा. नंतर दुसरी बाजू भाजावी तो टम्म फुगतो. मग त्याला वाटल्यास तूप लावावे व दुसरा फुलका तव्यावर टाकावा. फुलका फार जलदगतीने लाटावा लागतो. फुलक्यांची पद्धत आपल्यापेक्षा गुजरातेत जास्त आहे. कारण तेथे लाकडाचा अभाव असतो व हलक्या आचेवरच भाकरी किंवा फुलका करावा लागतो. तेव्हा तिथल्या, विशेषतः काठेवाडी गृहिणीला हे फुलके अगदी झटपट करावे लागतात. आपल्याकडेही गुजराती लोकांच्या संसर्गानेच हा पदार्थ गेलं शतकभर रूढ झालेला आहे. काही ठिकाणी फुलके एकदा सकाळीच करून एकदा शेकून जाळीवर न भाजता तसेच फडक्यात गुंडाळून डब्यात ठेवतात व संध्याकाळी जेवताना ते भाजतात. विशेषकरून आता येथे स्थायिक झालेले सिंधी लोक ही पद्धत वापरतात. पोळी गारही चांगली लागते तसे फुलके लागत नाहीत हे खरे. म्हणूनही मराठी माणसांनी याचे अनुकरण करायला हरकत नाही.

गुजरात्यांकडून आणलेला पोळीचा दुसरा प्रकार म्हणजे खाकरा. ज्यांना हा पदार्थ माहीत नाही, त्यांना या शब्दाच्या मराठी अर्थामुळे नाक मुरडावेसे वाटते. मात्र त्याचा गुजराती अर्थ 'पळसपान' आहे. ते इतर पानांपेक्षा मोठं व तुडतुडीत असतं. त्याचीच प्रतिकृती म्हणजे खाकरा. मुंबईत पाठारेप्रभू, खत्री चौकळशी, पाचकळशी वगैरे जातीत खाकरा हा रोजचा पदार्थ आहे. त्यांच्या भाषेतही गुजराती शब्दप्रयोग अधिक येतात. खाकरा करण्याची पद्धत अशी

खाकरा

खाकऱ्याचं पीठ भिजवताना मोहन जरा जास्त घालावं व त्यात मिठाचा दाणा टाकून ते जरा घट्ट पण लाटता

येईल असं मळावं. खाकऱ्याकरता पोळीइतका गोळा घ्यावा. मग तो तांदळाच्या पिठावर पुरीहून थोडा मोठा लाटून घ्यावा. ही पाव इंच जाड असते. त्यात बोटाने खळगे करून तांदळाची पिठी व तूप फेसून केलेलं सारण चोपडतात. मग घडी घालून त्या घडीला तसंच सारण लावावं. चौपदरी पोळीप्रमाणे लाटावी. ही पोळी बरीच पातळ करावी. मग तव्यावर दोन्ही बाजूला भाजून, मग थोडं तूप घालून पांढरेपणा जाणार नाही एवढी तांबूस भाजावी. हा खाकरा तयार झाला.

पण गुजराती प्रकारचे बाजारातले मिळतात तसे खाकरे करण्याची पद्धत वेगळी. माझी एक आतेबहीण एका गुजराती कुटुंबात वाढली. तिने ती मला शिकवली.

गुजराती खाकरा

कणीक चाळून घ्यावी. एक वाटी कणकेला एक चमचा मैदा घालावा. चमचाभर दही, तेवढंच तेल टाकून, चिमूटभर साखर घालून मध्यम मळावी. मग त्याचे लहान गोळे करावे. एकेक गोळा पिठीवर नुसताच पातळ लाटायचा. तो तव्यावर टाकायचा. मऊ फडक्याने, तो दाबून शेकायचा. तो फुलत नाही व फोडही येत नाहीत. प्रथम दोन्ही बाजू साधारण शेकून सर्व अर्धवट भाजलेल्या दहा-बारा खाकऱ्यांची चळत करावी. सर्व चळत तव्यावर ठेवावी. वरच्या खाकऱ्यावर फडका ठेवून चळतच गोल फिरवायची. मग खालच्या खाकऱ्याची खालची बाजू भाजल्यानंतर दुसरी बाजू फडक्याने दाबून शेकावी. शेवटच्या खाकऱ्यापर्यंत असे करावे. त्यांना नैसर्गिक चमक येते. यामुळे ते अनेक दिवस टिकतात.

पराठा

पराठा हा पदार्थ आपल्याकडे उत्तर हिंदुस्थानातून आला. पराठ्यात भिजवताना कुणी थोडा रवा/मैदा घालतात. कुणी कॉर्नफ्लॉअरही घालतात. पराठादेखील घडीच्या पोळीप्रमाणे

चारपदरी मात्र लहान असतो. कुणी हा त्रिकोणीही करतात. त्यात घडी घालताना तांदळाची पिठी व तुपाचं सारण (साटा) लावण्याची पद्धत आहे. तव्यावर पराठा टाकल्यावर प्रथम एका बाजूने व नंतर दुसऱ्या बाजूने तूप लावून चुरचुरीत शेकण्याची प्रथा आहे.

रेशमी पोळी

पोळी जरा लांब लाटून मधे चिमटा घालून घडी घालून, पातळ लाटून, तव्यावर टाकायची. महाराष्ट्रात ही पोळी फुलक्यासारखी समजतात. तव्यावर टाकल्यावर ती दोन्ही बाजूंनी, फुगवून भाजायची. खाली उतरून उभी आपटायची व तूप लावायचं. ही आमरस, बासुंदीबरोबर छान लागते.

घडीची पोळी

घडीची पोळी हा महाराष्ट्राच्या अन्नाचा एक मानबिंदू आहे. कणीक मळल्यानंतर तिचे गोळे करून ठेवावे. नंतर एक गोळा जितका लाटता येईल तितका लाटावा नंतर त्यावर तेल व पिठी घालून एक घडी घालावी. पुन्हा त्यावर तेल व पिठी घालून दुसरी घडी घालावी. लाटलेल्या घडीचे चार पदर होतात. ही पोळी लाटताना पोळीवर फार भार देऊ नये. जड लाटण्याने ती नीट लाटता येते. नंतर ती हवी तेवढी मोठी झाल्यावर तव्यावर टाकावी. पहिल्यांदा खालची बाजू बऱ्यापैकी शेकली की उलटावी. म्हणजे ती फुगू लागते. तिला आपोआप फुगू द्यावी. तिच्यावर कसलाही दाब देऊ नये. छोट्याशा कालथ्याने फारतर दाबावी. पोळी तव्यावरून उतरताना ती उभी एखाद्या ताटलीवर आपटावी. म्हणजे तिला पदर सुटतात. नंतर तिला तूप लावावं.

पोळीतली सर्वात मोठी करामत आठ घड्यांची पोळी आहे. तिची कृती अशी प्रथम चार घड्या करतो तशा घड्या घालून पोळी जरा लाटावी. नंतर फिरून तिच्या चार घड्या घालाव्या

व ती शेकावी. ही अतिशय कठीण आहे. हजारात एखादीलाच ती साधते. माझ्या पोळीला सहा पदर सुटलेले आहेत. अशा पोळ्या करण्यात कोकणातल्या स्त्रिया पटाईत आहेत. परंतु जिला ही पोळी टिकवायची असेल, त्या महाराष्ट्रप्रेमी भगिनीने ही पोळी पोळ्यांचा राजा समजून अवश्य संवर्धन करावे, अशी माझी फार इच्छा आहे. जे आम्हाला साधले नाही ते या भगिनिंनी साध्य करावे. कारण आज मराठी स्त्रियांना स्वयंपाकाच्या बाबतीत न्यूनगंड आला आहे; तो जाईल.

■■■

१६

भाकरी : थापायची नि हातावरची

गेल्या लेखात चपाती, पोळी व खाकराबद्दल सांगितलं. पण गव्हाच्या पोळीहूनही सर्वत्र खाल्ली जाणारी भाकरी तेवढीच लक्षणीय आहे. अलबत, गव्हाच्या चवीची सर दुसऱ्या कुठल्याच धान्याला नसते. त्यामुळे त्याचे प्रकारदेखील पुष्कळ. 'एक गहू - प्रकार बहू' अशी म्हण अस्तित्वात आहे. थोडं मीठ घालून गव्हाच्या पिठाची लापशी करतात. तुरुंगातल्या गुन्हेगार कैद्यांची ही सकाळची न्याहारी. हा एकच चवीचा आणि पोटभर पदार्थ त्यांना मिळतो, हे मी स्वतः पाहिलं आहे.

परंतु इतर धान्यांच्या भाकऱ्याही फार चविष्ट असतात व त्या करण्याच्या कृतीही विविध असतात. हातावरच्या भाकऱ्यांचे अनेक प्रकार आहेत. पहिला गुजरातेत विशेष लोकप्रिय आहे. तो असा :

बाजरीची हातावरची भाकरी

बाजरीचं पीठ खूप मळून त्याचे लहान गोळे हातावर जरा पाणी लावून थापायचे. खेड्यात मातीच्या तव्यावर या भाकरीच्या शेकण्याची व्यवस्था केली जाते. ही जाडसर असून पुरीसारखी फुगलेली असते. गुजरातेत आपल्यापेक्षा तेल व तूप जास्त प्रमाणात उपलब्ध असल्याने, या भाकरीला तुपात बुडवून वाढतात.

अजून कुठेही जा. महाराष्ट्रातही गुजराती हॉटेलात संध्याकाळी ही भाकरी खायला मिळते. आपल्याकडची भाकरी खूप मोठी व जाड किंवा मध्यम असते. हातावरची

भाकरी ब्राह्मणेतरांत अधिक केली जाते. मला स्वतःला या बायका रस्त्याच्या कडेला बसून भाकऱ्या करताना पाहून, आपल्याला येतील का असा प्रश्न पडायचा. मग मी त्यांच्याकडे लांबून पाहत राहायची. जुन्या जमान्यातल्या अभिनेत्री रत्नमालाबाईंना हातांवर भाकरी थापताना मी पाहिलं आहे. भाकरी थापताना त्यांची बोटं एखाद्या नर्तकीसारखी फिरत. भालचंद्र नेमाडे यांच्या पत्नीने– प्रतिभाने हातावरच्या भाकऱ्या केल्या होत्या. मी तिच्याकडे बघत राहिले. तिला शक्य तितक्या खुब्या विचारून घेतल्या. मग मी स्वतः भाकऱ्या करायचा छंदच घेतला. पीठ खूप मळून घ्यावं. हाताच्या चवड्याचा (मनगटाच्या जवळच्या भागाचा) वापर करून भाकरी वाढवावी. हे त्या भाकरीचं गुपित. परंतु ही भाकरी करायला पीठ चिकट होईपर्यंत मळावं लागतं. या भाकरीला कुणी पाणी लावतात, कुणी नाही. दोन्ही बाजूंनी भाकरी भाजून, मग निखाऱ्यांवर वा जाळावर पुन्हा दोन्हीकडून भाजावी. मग ती चांगली फुगते. जोंधळ्याची भाकरी करण्यात कर्नाटकातल्या लिंगायत स्त्रिया अत्यंत पटाईत आहेत. त्या हातावर इतकी मुलायम भाकरी करतात की, तिचे दोन्ही पदर कागदाएवढे पातळ होतात. जोंधळा बाजरीपेक्षा अधिक चिकट असल्याने हे साधतं. तरीसुद्धा महाराष्ट्रात जोंधळ्याच्या भाकऱ्या बहुशः गरम पाण्यात पीठ भिजवून केल्या जातात. नवशिक्या रांधपिणीला हे लक्षात ठेवणं आवश्यक आहे. समज असा आहे की बाजरी उष्ण व जोंधळा थंड. म्हणून पुष्कळदा भाकरी दोन्ही धान्याची करतात.

थापून करायची भाकरी

पिठाचा गोळा परातीत कोरड्या पिठावर घेऊन हळूहळू सरकवीत ही भाकरी करतात. भाकरी थापताना ती एकाच बाजूने आपल्याला जमेल त्या बेताने थापावी. आकार मात्र गोल करावा. नंतर ती तापलेल्या तव्यावर पिठाची खालची बाजू वर येईल अशी टाकावी. वरची बाजू चांगली तापल्यावर त्यावर पाणी थापावे. 'आधी

हाताला चटका, मग मिळते भाकर' असं उगीच नाही म्हटलं बहिणाबाईंनी. पाणी लावल्यावर मात्र लगेच ती उलटावी व बराच वेळ शेकू द्यावी. खाली एखाददुसरा डाग पडला की तवा खाली उतरून ती जाळावर, जाड बाजू वर व पातळ बाजू खाली, अशी शेकावी. ही भाकरी चेंडूसारखी फुगते.

ही सामान्य कृती हल्ली पुष्कळ गृहिणींना येत नाही. त्यांनी हा प्रयोग अवश्य करावा–प्रथम थोडंसं उडदाचं पीठ घालून पीठ मळावं. म्हणजे पिठाला चिकटपणा येतो. भाकरी वाटोळी व्हावी व पापुद्रा सुटावा म्हणून नवख्या सासुरवाशिणीला पूर्वी श्रीमंत घरात रुपया किंवा गरीब घरात ढब्बू पैसा आत ठेवायला देत. त्या नाण्याच्या आधाराने ती गोल वाढवायची. नंतर दोन्ही बाजू शेकून झाल्यावर, भाकरी हातावर आपटली की पैसा बाहेर पडायचा. महाराष्ट्र, कर्नाटक, आंध्र येथे गोल भाकरी करण्याचं शिक्षण सासुरवाशिणीला किंवा मुलींना असं देत असत. ही रीत एक शिष्टाचार म्हणून अस्तित्वात आली व मोठी पाहुणे मंडळी यायची असल्यास, प्रत्येक भाकरी रुपया घालूनच वाढली जायची. रुपयाशिवाय भाकरीला प्रतिष्ठा नाही, असा समज होता.

दोन प्रकारच्या भाकऱ्यांखेरीज उकडीच्या भाकऱ्यांचा प्रकार आहे. वसई व त्याच्या भोवतीच्या ठाण्याच्या प्रांतात भाकरी तांदळाची करतात. तांदूळ लाल किंवा पांढरे असतात. कोकणातही गरम पाण्यातच तांदळाची भाकरी करतात. नवशिक्या रांधपिणीला ही भाकरी पुष्कळदा हातावर जमत नाही. रोटीसारखी लाटण्याने लाटूनही ती करता येते.

उकडीच्या भाकऱ्या

या उकडीच्या भाकरीत पिठाचे प्रमाणित मिश्रणही असते. पाच वाट्या ज्वारी, पाच वाट्या तांदूळ, एक वाटी गहू अशी ही धान्यं दळायची. उकड काढताना, एक वाटी

पिठास एक वाटी पाणी उकळत ठेवावे. या उकळत्या पाण्यात हे पीठ टाकून पळीने ढवळून दोन मिनिटं शिजवून खाली उतरायचं. थंड झाल्यावर तेलाच्या हाताने ते मळावं व तांदळाच्या पिठीवर जोड भाकरी लाटावी. ही खूप मोठी होते. एक खाऊन पोट भरतं. या भाकरीला शेकताना पाणी लावायचं नाही. दोन्ही बाजूंनी मात्र ती नीट शेकावी.

नुकताच मी भाकरीचा एक प्रकार केला. लक्ष्मीबाई जोशी किंवा चंपूताई सबनीस यांच्या पुस्तकात मला वाचल्याचं आठवतं की भाकरी पीठ ओतूनही करता येते.

ओतलेली भाकरी पाऊण वाटी बाजरीचं पीठ घेऊन त्यात थंड पाणी घालून अगदी जाड पिठल्यासारखं भिजवलं. तव्यावर थंड असताना थोडं तेल लावायचं व तापल्यावर मिठाचं पाणी (डोश्यासारखं) लावून घ्यायचं. पीठ गोल ओतायचं आणि पसरून गोल आकार द्यावा. मग त्यावर झाकण ठेवावं. वाफ आल्यावर भाकरी कालथ्याने उलथायची. उलथलेला भाग धिरड्यासारखा दिसतो. खालची बाजू चांगली भाजल्यावर भाकरी झाली. ती अतिशय मऊ होते. शिळीसुद्धा चांगली लागते. जास्त भाकऱ्या करायच्या असल्यास मात्र ओलं फडकं जवळ ठेवावं. त्याने तवा स्वच्छ पुसून घ्यावा व परत पुन्हा तेलाचा हात लावावा.

नाचण्या, वऱ्या यांच्या भाकरीसाठी मात्र गरम पाणी वापरावं. म्हणजे त्या चांगल्या होतात.

भाकरीबरोबर पिठलं हे उत्कृष्ट तोंडी लावणं. लसणाची चटणी असल्यास ती पक्वानासारखीच लागते. काहीच नसलं तर पूर्वी उडदाच्या कच्च्या डांगरात तिखट, मीठ, जिऱ्याची–हिंगाची पूड, कांदा घालून खात असत.

■■■

१७

दशमी आणि गाकर

दशम्या हा शब्दही हल्ली ऐकू येत नाही. दशमी म्हणजे कुठल्याही पिठाची दूध, उसाचा रस घालून केलेली भाकरी किंवा पोळी. या दशम्या प्रवासात न्यायला उपयोगी पडत. घरातही खायला त्या चालतात. पूर्वी या सोवळ्याच्या अगदी जवळ जाणाऱ्या वस्तू होत्या. हे सोज्वळ खाणं समजलं जायचं.

कणकेची दशमी

प्रथम कणकेची दशमी पाहू. दशम्या गोड किंवा थोडं मीठ घालून, किंवा मीठ न घालता करता येतात. कणकेत थोडं दूध घालून ती मळायची. वाटल्यास किंचित तेल टाकावं. तिचे पोळी लाटण्याएवढे गोळे करावेत व तांदळाच्या पिठीवर पोळी लाटावी. दशमीला घडी घालायची नसते व ती अगदी पातळ लाटायची नसते. दशमी लाटून तव्यावर भाजावी. भाजताना ती फुगली पाहिजे.

उसाच्या रसाची दशमी

उसाच्या रसाची दशमी गव्हाची, बाजरीची, जोंधळ्याची, नाचण्याची करता येते. ही चांगली गोड व खमंग लागते. गहू असल्यास वरच्या दशमीसारखी करावी. अन्य धान्यांची असल्यास भाकरीसारखी थापून करावी. हीसुद्धा वाटल्यास पाणी लावून नेहमीसारखी किंवा पाणी न लावता करावी. पाणी लावायचे नसल्यास दशमी भाजताना खालची पिठाची बाजू खाली ठेवूनच जरा भाजावी. मग ती उलटून जरासे डाग पडेपर्यंत भाजून जाळावर फुगू द्यावी.

केळ्याची दशमी

याशिवाय केळं घालूनही दशमी करता येते. केळं जास्त पिकलेलंही चालतं. केळं कुस्करून त्यात मावेल तेवढं पीठ टाकून कणकेची, बाजरीची दशमी करावी. पुष्कळदा आपल्या घरात पिकलेला पपया, सीताफळही असतं. त्यांचा गर घेऊन त्याच्या वरीलप्रमाणे दशम्या कराव्या.

पानगे

पानगे आणि गाकरही हल्ली स्वयंपाकघरातून आढळेनासे झाले आहेत. पानगा करायला तांदळाचं पीठ लागतं. त्यात थोडं मीठ व गूळ किंवा साखर घालून, दुधाचा शिपकारा देऊन पीठ भिजवायचं. पिठाची पानावर पुरीएवढी चकती हाताने थापून त्या पानावर दुसरं पान घालून दोन्ही पानं तव्यावर टाकून वर ताटली ठेवावी. ही पानं केळीची किंवा कर्दळीची असावी. पानाचा जरा जळका वास आल्यावर ताटली काढून बाजू उलटायची. गरमागरम पानगा हे एक घरगुती पक्वान्न आहे. बरोबर लोणी/तूप असल्यावर बोलायलाच नको. आजारातून उठलेल्या माणसाला पानग्यासारखा दुसरा खाऊ नाही.

गाकर

गाकर हा कणकेचाच वापरतात. गाकर खुसखुशीत होण्यासाठी थोडं तेल, अर्धं दूध व अर्धं पाणी घालून पीठ भिजवावं. किंचित मीठ किंवा थोडी साखर किंवा गूळ घालावा. हाही हातावरच थापून पुरीएवढा करावा. फार जाड, फार पातळ नसावा. पूर्वी गाकर झाऱ्यावर ठेवत व निखाऱ्यावर दोन्ही बाजूंनी भाजत. आता निखाऱ्यांची जागा तव्याने घेतली आहे. तोही फुगलाच पाहिजे. गाकर पिठीवर थापायचा नाही. हातावरच थापण्यात गृहिणीचं कौशल्य असतं.

■■■

१८

धिरडी आणि रेशमी रोटी

फुलके लाटणं किंवा भाजणं ज्यांना अजून नीट जमलेलं नाही त्यांना ही चिमट्याची पोळी उपयोगी पडेल.

चिमट्याची पोळी नेहमीसारखी कणीक भिजवून घ्यावी. पोळीएवढाच उंडा पिठी लावून लाटायला घ्यावा. मात्र हा गोळा पोळीप्रमाणे गोल न लाटता उभा व लांबट लाटायचा. तो साधारण पाच इंच लांब झाल्यावर, त्याच्या मधोमध बोटाने चिमटा घ्यावा. म्हणजे त्याचे दोन भाग दिसतात. मग या दोन्ही भागांना तेल लावून, वर पिठी भुरभुरून हाताने दोन्ही पाऱ्या एकत्र कराव्या. म्हणजे सर्व बाजूंनी ही दुहेरी पारी गोल होते. मग ती लाटून मोठी करावी व हवी तेवढी पातळ करावी. पातळ लाटण्यातच हिचं कौशल्य आहे. मग ती तव्यावर टाकून, जरा शेकल्यावर उलटावी. मग परत उलटून ती फुगवावी, अशी दोन्ही बाजूंनी शेकल्यावर ती खाली काढावी व वरून खाली आपटावी, म्हणजे तिचे पदर वेगळे होतात. यांना कुणी कागदी पोळ्याही म्हणतात, थोडा तुपाचा हात लावल्यास त्या आमरसाबरोबर खायला चांगल्या लागतात. रुमाली रोटीचं हे मराठी रूप आहे.

उकडीची पोळी आंब्याच्या दिवसांत उकडीच्या पोळीची किंवा पीठ पोळीची दखल घेणं जरूर आहे. यासाठी मोदकासाठी करतो तशी तांदळाच्या पिठाची उकड काढावी. त्यात

थोडं मीठ व वाटल्यास किंचित गूळ किंवा साखर टाकावी. उकड तेलाचा किंवा तुपाचा हात लावून चांगली मळून, झाकून ठेवावी. पोळी करताना नेहमीसारखी कणिक भिजवून कणकेच्या गोळ्याच्या दीडपट उकडीचा गोळा घ्यावा. तो मोदकाप्रमाणे कणकेच्या पारीत घालून, पारी बंद करावी. मग भरलेली पारी पिठीवर लाटावी. फार पातळ करू नये. दोन्ही बाजूंनी नीट शेकून खाली उतरावी व झाकून ठेवावी. ही पोळी आमरसाबरोबर फार छान लागते.

पूर्वी आपल्याकडे आमरसाबरोबर याच पोळ्या खाण्याची पद्धत होती. मात्र, आज ती दुर्मिळ झाली आहे. नेहमीच्या शिकरणीबरोबरही ती चांगली लागते. मात्र, तेव्हा त्या पोळ्या पुरीपेक्षा जराशाच मोठ्या कराव्या. ही पोळी दिसायलाही सुरेख दिसते.

मला आठवतं की एकदा एका श्रीमंत गुजराती बाईच्या घरी आम्ही जेवायला गेलो होतो. तेव्हा त्यांनी त्यांच्या तऱ्हेच्या कागदी पोळ्या आम्हाला वाढल्या. त्यांची रीत अशी.

रेशमी रोटी

या पोळ्यांत मैदा अर्धातरी अवश्य असतो. किंवा पूर्ण मैद्याच्या कराव्या. पीठ भिजवताना तेल घालून सैल भिजवावं. किंचित मीठ घालावं, नंतर पुरीपेक्षा जरा मोठी गोळी घेऊन पुरीएवढी लाटावी. अशा चार-पाच गोळ्या लाटाव्या. मग त्या लाटलेल्या पापड्यांना थोडं तूप-मैदा फेसून प्रत्येकीला लावावं व सर्व पाऱ्या एकावर एक ठेवून, शेवटची पारी वर ठेवून त्या एकत्र लाटाव्या. ती साधारण मोठ्या पोळीएवढी लाटावी. ती पोळी तव्यावर भाजायला टाकायची व हातात फडकं घेऊन ती फिरवत राहावी. सर्व पाऱ्या सुट्या झाल्यावर त्याला तूप लावून गरम वाढाव्या. शेकणं अतिशय कौशल्याचं काम आहे. कारण

त्या खरोखर रुमाली रोटीच्या तोडीच्या होऊ शकतात.

या रेशमी रोट्या खाल्ल्यावर मराठी पाहुण्यांना एक गोष्ट जाणवली की, आमरसाबरोबर खावी अशी रोटी महाराष्ट्रात नाही. मी पीठपोळीचा उल्लेख केला तेव्हा सर्वांनाच आश्चर्य वाटलं.

पुरीच्या बाबतीत सांगायचं तर संस्कृतात तिला 'पूरिका' म्हणतात व पोळीला 'पोलिका' म्हणजेच पुरी व पोळी यातला भेद आम्हाला प्रथमपासून माहीत होता. मात्र पुरी अधूनमधून खायची व पोळी नित्याची. परंतु बहुतेक ठिकाणी, भाकरी रूढ असे. पोळी सणासुदीला नवा जावई येईल, तेव्हा व्हायची म्हणून तीही अपूर्वाईची होती. एक जुनी म्हण आहे जी आम्ही उजळणीच्या पुस्तकात वाचली होती, 'जावई नव्हे, जावयाचा भाऊ, फुकट रांडे नासलेस गहू'. किंबहुना धिरड्यासारखा पदार्थही जावई येईल तेव्हा करायची पद्धत होती.

धिरडं तांदळाचं किंवा गव्हाचंही होऊ शकतं. ते नुसतं मीठ, जिऱ्याची पूड घालूनही करतात. पण गव्हाचं धिरडं गोडाचंही करतात. ते करायला चांगला सराव लागतो. यासंबंधी एक जावयाची गोष्ट आहे. जावई सासुरवाडीला गेला आणि सासूने धिरडी करायला घेतली. ती धड काही होईनात. ती मोडू लागली. सासू तोंडाने म्हणू लागली, 'मोडलं ते मीच खाईन.' जावयाला प्रश्न पडला, आपल्याला धिरडं मिळणार की नाही. शेवटी तो हळूच म्हणाला, 'मामी, माझी आई धिरडं तव्यावर टाकल्यावर तुळशीला फेरी घालून येते, म्हणजे ते मोडत नाही.' 'खरं का, मी पण जाते तुळशीकडे', असं म्हणून तुळशीला प्रदक्षिणा घालून सासू परत आली. आल्यावर धिरडं खरंच व्यवस्थित झालेलं होतं.

गोड धिरडं

आमची आजी गव्हाची गोडी धिरडी नेहमी करायची. गोडाच्या धिरड्यासाठी कणकेत गूळ किंवा साखर हवं तेवढं घालावं. थोडं मीठ घालावं व पीठ भज्यांसारखं दाट

करावं. जास्त दाट असल्यास बरं. तव्यावर तेल सोडून, ते नारळाच्या शेंडीने तवाभर पसरावं. वाटीने पीठ तव्यावर सोडत वाटोळं धिरडं घालावं. मग त्यावर ताटली उपडी टाकावी. थोड्या वेळानं खालून ते सुटल्यावर थोडं तेल घालून दुसरी बाजू भाजावी. ते जाड पण उत्तम होतं.

डोसे किंवा धिरडी चांगली होण्यासाठी ती करताना एका भांड्यात फडकं पाण्यात बुडवून ठेवावं. धिरडं झाल्यानंतर, दुसरं घालायच्या आधी तवा त्याने पुसून घ्यावा. म्हणजे प्रत्येक धिरडं किंवा डोसा नवा होतो व जाळ सतत कमी-जास्त करावा लागत नाही. या धिरड्याबरोबर लिंबाचं लोणचं छान लागतं. गव्हाचं धिरडं तिखट करायचं असल्यास मीठ, मिरची, धन्या-जिऱ्याची पूड घालावी. प्रथमच करणारणीला एक सूचना— सुरुवातीला तांदूळ व गव्हाचं पीठ अर्ध-अर्ध घ्यावं व मग हात बसला की पूर्ण गव्हाची धिरडी करावीत.

■■■

१९

मराठी इडल्या

सांदणं हा प्रकार तांदळाच्या कण्यांचा किंवा पिठाचा करतात. मीठ घालून किंचित खारट किंवा गूळ-खोबरं घालून गोड, असे सांदणाचे सामान्यतः प्रकार आहेत.

खारी सांदणं

यात तीन भाग तांदूळ आणि एक भाग उडदाची डाळ किंवा नुसत्या तांदळाचे जाड पीठ असतं. हे पीठ प्रथम सरबरीत पाण्यात कालवून, चिमूटभर मीठ घालून तीन तास ठेवावं. मग ते वाटीत किंवा ताटलीत घालून मोदकासारखं उकडावं. ही सांदणं गोड दुधाबरोबर खाण्याची पद्धत आहे. ही सांदणं म्हणजे मराठी इडल्याच होत.

गोड सांदणं

गोड सांदणांसाठी तांदळाचं पीठ जरा घट्ट भिजवून दोन तास ठेवावे. मग त्यात एक वाटी पिठास अर्धी वाटी किंवा कमी साखर किंवा गूळ व थोडं मीठ घालावं. आणि ताटाला तूप लावून त्यात ही सांदणं मोदकाप्रमाणे उकडावी. त्यांचे चौकोनी वडीसारखे तुकडे कापावे.

फणसाची सांदणं

तिसरा प्रकार म्हणजे बरक्या फणसाचा रस काढून त्यात जाडसर तांदळाचं पीठ किंचित मीठ व वाटल्यास थोडी साखर घालून करतात तो. तेही वरीलप्रमाणे तासभर भिजवून मग उकडून घ्यावं.

घाटलं

तांदूळ कणीदार दळून एक वाटी तांदळाच्या जाडसर पिठाला तीन किंवा चार वाट्या पाणी घालून ते शिजत ठेवायचं. जरा शिजल्यावर थोडं मीठ घालायचं. मग त्यात थोडं ओलं खोबरं, जिरं आणि गूळ टाकून ते पळीवाढ्या पिठल्यासारखं जाड करायचं. याबरोबर घावन खाण्याची पद्धत आहे.

माडगं

हा देशावरचा पदार्थ आहे. तो गव्हाच्या पिठाचा करतात. गव्हाचं पीठ न चाळता घ्यावं. ते थोड्याशा तुपावर परतावं. खमंग वास आल्यावर त्यात एक वाटी पिठास ३ वाट्या गरम पाणी घालावं व पीठ ढवळत राहावं म्हणजे ते एकजीव होतं. मग त्यात थोडी सुंठ आणि पिठाच्या निम्मा गूळ टाकावा. यात कुणी दूधही घालतात. हे मिश्रण पळीवाढं व एकजीव झाल्यावर खायला द्यावं. हा प्रकार पोळी किंवा जोंधळ्याच्या भाकरीबरोबर चांगला लागतो.

गुळवणी

हा प्रकार कणकेचाच करतात. गुळवणी म्हणजे कणीक जरा भाजून तिच्यात गूळ घालून केलेली अगदी पातळ नाही, पण पिता येईल अशी पेज. ज्यांना पुरणपोळीवर तूप आवडत नाही किंवा घेण्याची ऐपत नाही, ते ही पेज खातात. देशावर, विशेषतः शेतकरी हा पदार्थ भरपूर खातात.

पोह्यांची खीर

पातळ पोहे धुऊन जरा निथळावे. सर्व पाणी गेल्यावर ते जरा पसरून ठेवावे. वाटीभर पोहे असले तर ४ वाट्या दूध घ्यावं. दुधात साखर, वेलची, जायफळ घालावं. दूध उकळलं की साय न काढता तसंच हलवत राहावं व पोहे घालावे. पोहे दूध खेचून घेतात. म्हणून पोहे घातल्यावर लगेच दुधात थोडं पाणी घातलं तरी चालतं. पोहे घालून

ते मंद जाळावर शिजवावे. ही खीर मुलांना फार आवडते.

बाजरीची व गव्हाच्या भरडीची खीर

बाजरी कांडून तिची सालं काढून पाखडल्यावर रात्रभर भिजत घालावी. ती चांगली भिजल्यावर एक वाटी बाजरीला चार वाट्या दूध गरम करून त्यात आवडीप्रमाणे गूळ किंवा साखर व सुंठ घालून पोह्यांप्रमाणेच खीर करावी. अशीच खीर गव्हाच्या भरड्याची करावी. भरडा भिजत घालून किंवा तुपावर परतून, त्यात एका वाटीला दोन वाट्या पाणी घालून मंद जाळावर शिजवावे. मग त्यात चार वाट्या दूध घालून, आवडीप्रमाणे गूळ, साखर घालावी. स्वादासाठी सुंठ, जायफळ, वेलची, लवंग काहीही घालावं.

गव्हाच्या भरड्याचा शिरा

या भरड्याचा शिराही उत्तम होतो. मात्र त्याला तूप जास्त लागतं. एक वाटी भरड्याला पाव वाटीतरी तूप लागतं. तुपावर भरडा परतून चांगला खमंग वास आल्यावर त्यात प्रथम भरड्याच्या निम्मं गरम पाणी घालावं. जरा शिजल्यावर तेवढंच दूध घालावं. स्वादासाठी जायफळ, लवंग किंवा सुंठ व आवडीप्रमाणे गूळ किंवा साखर घालावी. तो फार गोड चांगला लागत नाही, हा शिरा तीन-तीन दिवसही चांगला टिकतो.

गव्हल्याची खीर

प्रथम गव्हले कसे करायचे ते पाहू. बारीक रवा थोडं तूप व मिठाचा दाणा घालून दुधात घट्ट भिजवावा व दोन तास झाकून ठेवावा. मग तो खूप कुटून हाताला न चिकटेल एवढा मऊ करावा. लहान सुपारीएवढा गोळा घेऊन दोन्ही हातांनी जरा लांबवायचा. डाव्या हातात हे पीठ धरावं व उजव्या हाताचा अंगठा व तर्जनीने लहान गव्हले (शेव) पाडावे. हे काम अतिशय कौशल्याने, मात्र सहजसुलभ आहे. पांढरेशुभ्र, दोन्ही बाजूला टोक

असलेले लहान तांदळाच्या आकाराचे गव्हले सुबक दिसतात. ते उन्हात वाळवून भरून ठेवावे. खीर करताना ते प्रथम बेताचं तूप घालून परतावे. त्यांना पिवळसर रंग येऊन भाजल्याचा स्वाद आल्यावर, एक वाटी गव्हल्यांना चार वाट्या दूध घालावं. वेलची-जायफळ घालावं. या खिरीत मात्र साखरच घालावी.

गव्हले भात

हल्ली हा फार कुणी करत नाही. पण भाताचे गव्हले सोपे असतात. हे गव्हले मोठे करावे. वाळवून भात करताना तुपावर लवंगेची फोडणी करून परतावे. परतल्यावर केशरी भातासारखं म्हणजे निदान दुप्पट पाणी घालावं. कुणी दूध-पाणी अर्धंअर्धं घालतात. चांगलं गरम करून हे दूध-पाणी घालून, जाळ मंद करून झाकण ठेवावं. वाफ आल्यावर कालथ्याच्या टोकाने ढवळून झाकण ठेवावं. गव्हले शिजायला वेळ लागत नाही. गव्हले कोरडे झाले की, गव्हल्याच्या निम्मी किंवा पाऊण साखर व जायफळ घालून ढवळावं व झाकण ठेवावं. या भातात कुणी साखरभाताप्रमाणे साखरेचा पाकही घालतात. कुणी आवडल्यास पाकात लिंबू घालतात म्हणजे पाक चकाकतो. साखर किंवा पाक घालून जाळ मंद करून भात चांगला उमलू द्यायचा.

गव्हलेभात लोकांना करून घालणाऱ्या दोन-तीनच बायका मी पाहिल्या आहेत व त्या आता माझ्या वयाच्या आहेत.

■■■

२०

नाचणीचे पदार्थ

'खमंग'च्या एका वाचक भगिनीने मला लिहिलं की काही नाचणीचे पदार्थ सांगावेत. त्याप्रमाणे काही कृती पाहू. नाचणीचं सत्त्व आणि लहान मुलांना पोषक असे इतर पदार्थ. दात येण्याच्या वेळी बऱ्याच मुलांना त्रास होतो त्या वेळेला हे पदार्थ उपयोगी येतात.

नाचणी सत्त्व प्रकार - १

नाचण्या निवडून, धुऊन, पाण्यात भिजवाव्या. दहा-बारा तास भिजल्यावर फडक्यात बांधून ठेवाव्या म्हणजे त्यांना मोड येतात. नंतर त्या सुकवाव्या. सुकल्यावर त्या कढईत मंद जाळावर नीट भाजाव्या आणि त्यांचं दळून बारीक पीठ करावं. हे पीठ दुधात थोडं पाणी घालून शिजवावं. साधारण एका कपाला चमचाभर पीठ पुरतं. त्या लापशीत साखर घालावी व वाटल्यास थोडं दूध घालून द्यावं. दिवसातून दोन-तीन वेळा दिल्यास दात यायच्या वेळी होणारा शौचाचा त्रास व उलटी थांबते. मुलं किरकीर करत नाहीत.

नाचणी सत्त्व प्रकार - २

नाचण्या धुऊन, भिजवून ठेवाव्या. थोड्या वेळाने त्या उपसून वाळवाव्या. त्याचं बारीक पीठ करून फडक्याने चाळावं, ही एक कृती. दुसरी कृती म्हणजे नाचण्या ओल्या असतानाच बारीक वाटून पाण्यात भिजवाव्या. काही वेळाने त्यातला सालांचा भुसा वर येतो तो काढावा व दुसरं पाणी घालावं. काही तास हे पाणी तसंच

ठेवल्यावर, वरचं पाणी ओतावं व खालचा लगदा फडक्यावर घालून उन्हात वाळवावा. याचे खडे बनतात ते जरा बारीक कुटून बरणीत भरावे. आयत्यावेळी पाण्यात घालून एकजीव करून दाट लापशी करता येते. त्यात दूध घालावं. हे दूध जरा दाट असतं व मुलांना आवडतं. नाचणीला मुळातच एक प्रकारचा वास असतो. त्यामुळे काही जण या लापशीत वेलदोडा घालतात. त्याची जरूर नाही, असं मला वाटतं.

नाचणीला सर्वात जुना व गोरगरिबांच्या संसाराला उत्तम चव व आरोग्य प्रदान करणारा प्रकार म्हणजे आंबील. आंबील ही खरी नाचणीचीच. काही जण तांदळाचीही करतात. याची एक कृती मला आंबोली घाटातल्या एका कातकरणीने सांगितली.

आंबील

नाचण्या किंवा नागल्या निवडून दळाव्या. रात्री एका मडक्यात हे पीठ बरंच पाणी घालून पातळसर शिजवावं. काळसर रंग येतो. मग मडकं खाली उतरवावं. निवल्यावर झाकण ठेवावं. सकाळी ते किंचित आंबूस झाल्यावर प्यायचं किंवा खायचं. ही खरी आंबील.

हिचा गुण असा की ती पचायला हलकी, पुष्टीकारक व तुष्टीकारक असते. ती खाल्ल्यानंतर बराच वेळ भूक-तहान लागत नाही. आदिवासी यात मीठही घालत नाहीत. आदिवासींना मीठ फार दुर्मिळ आहे. मीठ हा एकच पदार्थ पैसे देऊन घ्यावा लागतो. ओरिसातील मुंडा लोक ही शिळी पेज 'बाँसी' पिताना मधूनमधून डाव्या हाताचा अंगठा मीठ समजून चोखतात.

गांधीजींनी मिठाचा सत्याग्रह केला त्याचं लोकांना हसू येतं. परंतु मीठ या देशातील गरिबांना अजूनही दुर्मिळ आहे हे पाहिल्यानंतर सत्याग्रहाचं मर्म समजावं.

आंबील प्रकार २ नाचणीचं पीठ बऱ्याच पाण्यात कालवून शिजायला ठेवावं. नंतर यात थोडं मीठ, आलं वा सुंठ टाकावी व या पळीवाढ्या, पिठात ताक घालावं. ही आंबील चविष्ट व उन्हाळ्यात प्रकृतीला फार चांगली असते. कुणी यात हिंगही घालतात.

दुसरा प्रकार म्हणजे नाचणीचं पीठ पाण्यात शिजवून दाट करावं. मग त्यात थोडं आलं किसून, दही, मीठ, जिरं घालून ते वाटीत घालून खावं.

नाचणीचे पापड नाचणी धुवावी, वाळवावी व दळून बारीक पीठ करावं. हे पीठ मैद्याच्या चाळणीने चाळावं म्हणजे कोंडा निघून जातो. चाळलेल्या पिठाची तेवढंचं पाणी घालून घट्ट उकड काढावी. यात मीठ, चिमूटभर पापडखार, हिंग व थोडी मिरचीची पूड घालून, तेलाचा हात लावून मळावी. हे पापड केळीच्या पानावर लाटावे व वाळवून ठेवावे. भाजायचे झाल्यास वरून तेलाचा हात लावून भाजावे किंवा तेलात तळावे.

पापड्या नाचणीच्या उकडीच्या जिरं, हिंग, मीठ, तिखट घातलेल्या पातळ पापड्या थापून त्या मोदकपात्रात उकडाव्या व गरमागरम खाव्या. याही ताज्या खायला चांगल्या लागतात. वाळवल्यास तळून खाव्या.

नाचणीची पेज आजाऱ्याला देण्याच्या पेजेत, नाचणीचं पीठ पाण्यात घालून, ओवा घालून शिजवावं. ओवा व मीठ घातल्याने पेज रुचकर होते. पापडातही ओवा चांगला लागतो.

■■■

२१

पिठांचे पदार्थ

पूर्वी दळणात शेवटला घास जात्यात घालतानां बायका ओवीत म्हणायच्या 'सरलं दळण सरलं म्हणू नये,' कारण घरात अन्नाचा तुटवडा आहे असा आभासही निर्माण करणं बाईला आवडायचं नाही. या रिवाजाला अनुसरूनच ज्या पद्धतीने मी हे सदर इतके दिवस चालू ठेवलं त्याचा शेवट जवळ आलेला असतानाही मी ते सरलं किंवा सरावं म्हणू शकत नाही, कारण आपण पहिल्यांदा पाहिलं की स्वयंपाक म्हणजेच संस्कृती. त्यामुळे ही संस्कृती वर्धिष्णु व कधीही न सरणारी आहे. फक्त माझ्या कवेत होतं ते मी सांगत आले आणि या विषयातली जिज्ञासा जागृत राहावी एवढंच उद्दिष्ट पुढे ठेवलं.

आता जात्यावरूनच सुरुवात केली आहे तर पिठासंबंधी थोडं. पिठं धान्यांचीच असतात. सर्वात श्रेष्ठ धान्य गहू. गव्हाचा रवा, कणिक व मैदा हे तीन प्रकार आपण नेहमी हाताळतो. तीन दिवस भिजलेल्या गव्हाचा ते आंबलं की वाटून, गाळून रस किंवा चीक काढतो. त्याच्या पापड्या व कुरड्या करतो. हाच प्रकार तांदळाचाही करता येतो. पण हे पदार्थ एकदा झाले की, ते सुकवून, तळूनच खायचे असतात. म्हणून मी त्याची जास्त चर्चा केली नाही. ज्वारीच्या पिठाचा मात्र थोडा अपवाद करावा लागेल.

ज्वारीच्या पापड्या

ज्वारी कांडून तीन दिवस पाण्यात भिजवून चांगली आंबली की वाटून चीक काढायचा. तो शिजवून, घट्ट झाला की मीठ, तीळ, वाटल्यास थोडं जिरं घालून

केळीच्या किंवा पळसाच्या पानावर त्याच्या हाताने पापड्या थापायच्या. मग त्या उन्हात सुकवायच्या. या पापड्या पूर्वी गोवरीच्या जाळावर भाजत व त्या चांगल्या खुसखुशीत होत. त्या निखाऱ्यावरही भाजता येतात. खेड्यातल्या लोकांचे हे न्याहारीचे अपूर्व खाणे आहे.

चण्याच्या किंवा मुगाच्या डाळीचे प्रकार घिरड्याच्या स्वरूपात आपण मागे पाहिलेच आहेत. तुरीच्या डाळीच्या भाकऱ्या हे दुष्काळी अन्न समजलं जातं. मला एक गोष्ट आठवते. एकदा एका शेतकऱ्याने कर भरला नव्हता म्हणून शिपायांनी त्याला राजापुढे उभं केलं. तो शेतकरी चकणा होता. राजाने त्याला विचारलं, "तुझे डोळे चकणे कसे झाले?" "महाराज काय सांगू मी इतका गरीब आहे की माझ्या शेतात तुरीशिवाय काही पिकत नाही. त्यामुळे रोज तुरीची रोटी खाऊन माझे दात पडले व मी चकणा झालो." राजाने मग त्याचा कर माफ केला व वेगवेगळी बी-बियाणी दिली. त्याचे उदाहरण पाहून त्याच्या गरीब शेजाऱ्यानेही बोध घेतला व त्याच्याकडून थोडं वेगळं बियाणं घेऊन तोही तुरीपासून मुक्त झाला.

बाजारात एक केसरी डाळ मिळते. ती अत्यंत स्वादिष्ट असते. तिचं वरण व रोटी केल्यास दुसरं काहीही खावंसं वाटत नाही. मात्र तिच्यापासून नाना प्रकारचे रोग — संधिवात, अर्धांगवायू, क्वचित अंधत्व असे—होतात. तिचा खप बाजारात होऊ नये म्हणून सरकार प्रयत्नशील असतं. मात्र त्याचा उपयोग होत नाही. ही डाळ चण्याच्या डाळीत मिसळून केलेली भजी वा शेव चविष्ट होते. बाजाराची शेव चविष्ट लागते ती यामुळेच. या डाळीचा वापर न करणारं शहर विरळाच.

मटकीची डाळ धुऊन रात्रभर ठेवून ती भाजून भडभुंजे विकतात. आमच्या लहानपणी ती मोठ्या प्रमाणावर मिळायची. मात्र आता ते कमी झालंय. ती चावायला कठीण

पण रूचकर असते. आता भुसभुशीत खाण्याची सवय लागल्याने लोकांना हे कडक खाणं आवडत नाही. मटकीची डाळ दळून तिच्या पिठाचा वापर राजस्थानात जास्त करतात.

मठिया

मठिया हे मटकीच्या पुरीचं नाव. आत्तापर्यंत मी पुरीबद्दल सांगितलं नाही. मात्र हिची कृती सांगते. मटकीच्या डाळीच्या पिठात चार वाट्यांना अर्धी वाटी उडदाच्या डाळीचं पीठ मिसळावं. या पिठात मीठ, ओव्याची व मिऱ्या-जिऱ्याची पूड घालावी. थोडं तेल घालून दुधात किंवा ताकात पीठ मळावं. मग तिचे छोटे गोळे करून पुऱ्या लाटाव्या. फार पातळ व फार जाड लाटू नयेत. या उन्हापेक्षा सावलीत वाळवाव्या. लागतील तशा तळून किंवा परतून घ्याव्या. त्या फुगू देऊ नयेत. या तळलेल्या पुऱ्या दोन-तीन महिने टिकतात. परंतु हा रोज किंवा येता-जाता खाण्याचा प्रकार नव्हे. हे गृहिणींनी लक्षात ठेवावं.

मटकीच्या पोळ्या

या पिठात अर्धी कणिक घालून नारळाच्या पाण्यात, दुधात किंवा ताकात भिजवून पाच-सहा तास ठेवावं. त्यात मीठ व ओवा घातल्यास चांगलं लागतं. मग त्याच्या पातळ पोळ्या लाटून खाकऱ्यासारख्या कराव्या. जाड लाटल्या तर मऊसर होतात. याला तेल फार लागत नाही.

उकडलेल्या पुऱ्या

आपल्या कल्पनेप्रमाणे कोणत्याही पिठात मोहन, दूध व जिऱ्याची पूड घालून जाड पुऱ्यांसारख्या लाटून उकडून खाल्ल्यासही पोटभर खाणं होतं. दही किंवा कांद्यांची-काकडीची कोशिंबीर चांगली लागते. करायलाही फार कष्ट लागत नाहीत.

गोळ्यांचं सांबार

अशा पिठाचे मीठ, जिरे व मसाला घालून पाण्यात भिजवून गोळे करून वाफवल्यास त्याचं गोळ्यांचं सांबार करता येतं. त्यासाठी प्रथम तुरीची डाळ शिजवावी. त्यात चिंच, गोडा मसाला, गूळ घालून हे गोळे उकडावे. कोणतंही पीठ चालतं. एकाच पदार्थात पोटभर जेवण होतं.

■■■

२२

सरलं दळण...

गेल्या लेखात सरल्या दळणाचा उल्लेख केला, त्याचा सरता घास दोन दळलेल्या पदार्थांच्या वर्णनाने इथे सुरुवातीलाच करते.

मेतकूट व त्याची साधी आवृत्ती बेसवार हेच ते दळलेले पदार्थ. बेसवार हा खास उत्तरप्रांतीय कोकणातला पदार्थ आहे. बेसवारचा उल्लेख मला मध्ययुगीन जैन प्राकृत कथांत आढळला.

बेसवार

एक वाटी जाड तांदूळ, पाव वाटी उडीद किंवा उडदाची डाळ, पाच-सहा लाल सुक्या मिरच्या, चमचाभर पांढरे जिरे, अर्धा चमचा धणे, पाव चमचा मेथीचे दाणे. सारी धान्यं, धणे, जिरं व मेथी भाजून घ्यावी व जरा थंड झाल्यावर बारीक दळून किंवा वाटल्यास भरभरीत दळून घ्यावीत. मेतकुटाप्रमाणेच हे दह्यात मीठ घालून कालवावं किंवा तूप भातात कालवून खावं. बेसवारात हिंग व हळद घालायची नाही.

मेतकुटाचे पन्नास तरी प्रकार आहेत. मेतकूट हे मुळात मेथकूट म्हणजे मेथीचं पीठ होतं. पण कडवटपणामुळे मेथीचा नंतर संकोच झाला. माझी कृती अशी.

मेतकूट

तांदूळ दोन वाट्या, चण्याची डाळ पाव वाटी, उडदाची डाळ पाव वाटी, मुगाची डाळदेखील एक मोठा चमचा,

गहू एक मोठा चमचा (टेबल स्पून), वाटाणे (पांढरे किंवा त्याची डाळ मोठा चमचा), धणे एक लहान चमचा, जिरं (पांढरं) एक लहान चमचा, हळकुंड एक मोठे हळकुंड फोडून तुकडे करून (तुकडे एक मोठा चमचा होतील एवढे), मिरे लहान अर्धा चमचा, शहाजिरे लहान पाव चमचा, मेथी लहान अर्धा चमचा, हिंग खडे लहान अर्धा चमचा, लवंगा चार, दालचिनी दोन इंच, दोन-चार सुक्या मिरच्या.

प्रथम तांदूळ भाजावेत. त्यात जिरं, मिरे, शहाजिरं, धणे, मेथी, लवंगा, दालचिनीचे तुकडे लहान जाळावर न करपता खमंग भाजून घ्यावेत. नंतर गहू, चण्याची डाळ, मुगाची डाळ, वाटाण्याची डाळ, उडदाची डाळ वगैरे धान्यं एकत्र करून त्यात बाकीचे हिंगाचे तुकडे, हळकुंडाचे तुकडे, लवंगा वगैरे सारे पदार्थ खमंग वास यईपर्यंत मंद आचेवर भाजावे. मिरच्यांचा ठसका ही भाजल्याची खूण. सारे पदार्थ भाजून झाल्यावर मिश्रण थंड करून मग दळावं. जात्यावर दळणं सर्वात उत्तम, नाहीतर मिक्सर असतोच. मेतकूट जितकं बारीक तितकं चांगलं. या मेतकुटात बेताचं मीठ थोडं भाजून दळणाच्या शेवटच्या घासात घातले तर चांगले.

दळण इथे खरेच संपले. पण संपले म्हणायचे नाही म्हणून आधी द्यायच्या राहिलेल्या काही कृती सांगते.

साने गुरुजींनी 'श्यामची आई'त रताळ्याच्या पानांची भाजी उल्लेखलेली आहे. कुठल्याही पाककृतीच्या पुस्तकात तिचा उल्लेख नाही. ही पानं मायाळूच्या पानांसारखी असतात. जाडसर पण मऊ अशी. ही भाजी पूर्वी खाण्यात होती. पण आता ही पाने बाजारात कुठेच मिळत नाहीत.

रताळ्याच्या पानाची भाजी

भाजी माठाच्या भाजीसारखीच करायची. वाटल्यास चण्याच्या डाळीचे किंवा मुगाच्याच डाळीचे व्यंजन

टाकायचं. फोडणीला, हिंग, हळद, मेथी व सुक्या मिरच्या घातल्या की झालं.

मेथीच्या पातळ भाजीसारखी तुरीचं वरण घालून किंवा अळूच्या भाजीसारखीसुद्धा ही होते. ताकातली पातळभाजी उत्तम लागते.

साने गुरुजींना (श्यामला) ही भाजी आवडायची. पण, त्या दिवशी मीठ टाकायचं राहून गेलं. मागून आईला चुटपूट लागली. रताळ्याच्या पानांचे उकडून भरीतसुद्धा चांगले होते. पाला चिरून बेसन, कणीक व थोडे तांदळाचे पीठ घालून थालिपिठे सुरेख होतात. साने गुरुजींनी अन्यत्र वर्णिलेला पदार्थ म्हणजे 'हातपोहे'.

हातपोहे

दोन वाटी पोहे घेऊन त्यात दीड चमचा (लहान) कच्चे तेल घालायचे. वाटल्यास ओली मिरची व कोथिंबीर खरबरीत वाटून लावावी. नाहीतर थोडे मीठ, तांबडे तिखट आणि आमटीचा दीड चमचे मसाला घालून कालवावे. झाले हातपोहे तयार. घरात डाळं व दाणे असले तर दाणे भाजून घालावे. नसले तरी गुरुजींचे पोहे पाहुणचाराला पुरतील.

सुदाम्याच्या नव्हे तर गुरुजींच्या पोह्यांवर हे लिखाण समाप्त करीत आहे.

■■■

* 9 7 8 8 1 7 1 8 5 6 3 0 5 *

FCW - #0225 - 061026 - C0 - 216/140/6 - PB - 9788171856305 - Matt Lamination